லா.ச.ரா.
தேர்ந்தெடுத்த கதைகள்

லா.ச.ரா.

தேர்ந்தெடுத்த கதைகள்

தொகுப்பாசிரியர்

ஹவி

வானவில் புத்தகாலயம்

10/2 (8/2) போலீஸ் குவார்ட்டர்ஸ் சாலை (முதல் தளம்)
(தியாகராயநகர் பேருந்து நிலையத்திற்கும்
காவல் நிலையத்திற்கும் இடைப்பட்ட சாலை)
தியாகராயநகர், சென்னை 600 017
தொலைபேசி : 2986 0070, கைபேசி: 72000 50073

Sixthsense Publications 6 th sense_karthi
e-mail : sixthsensepub@yahoo.com
Website: www.sixthsensepublications.com

Publisher
Karthikeyan Pugalendi

Managing Editor
P. Karthikeyan

Layout
Mcreative

Title:
**La.Sa.Ra.
Selected Stories**

Complied by:
Havi

Address:
Vanavil Puthakalayam
10/2(8/2) Police Quarters Road(1st Floor),
(Between Thiyagaraya Nagar Bus Stop & Police Station)
Thiyagaraya Nagar, Chennai - 600 017
Phone: 2986 0070, 2434 2771
Cell: **72**000 **5**0**073**

Vanavil Puthakalayam
6 th sense_karthi
e-mail : vanavilputhakalayam@gmail.com
Website: www.sixthsensepublications.com

Pages : 158

Price : Rs. 222/-

No part of this book may be reproduced or transmitted in any form without permission in writing from the author or publisher

நீங்கள் Smart Phone உபயோகிப்பவராக இருந்தால் QR Code Reader Application மூலம் இதை Scan செய்தால் நேரடியாக எமது இணையதளத்திற்கு சென்று மேலும் எங்கள் வெளியீடுகள் பற்றிய விவரங்களைப் பெறலாம்.

ISBN : 978-93-93699-14-5

தலைப்பு:
லா.ச.ரா.
தேர்ந்தெடுத்த கதைகள்

தொகுப்பாசிரியர்:
ஹவி

பக்கங்கள்: 160

விலை: ரூ. 222/-

முதற்பதிப்பு: ஜனவரி, 2023

வானவில் புத்தகாலயம்
10/2 (8/2) போலீஸ் குவார்ட்டர்ஸ் சாலை (முதல் தளம்)
(தியாகராயநகர் பேருந்து நிலையத்திற்கும் காவல் நிலையத்திற்கும் இடைப்பட்ட சாலை)
தியாகராயநகர், சென்னை 600 017
தொலைபேசி : 2986 0070, 2434 2771
கைபேசி: 72000 50073
மின்னஞ்சல்: vanavilputhakalayam@gmail.com

இந்தப் புத்தகத்திலுள்ள எந்த ஒரு பகுதியையும் பதிப்பாளர் மற்றும் எழுத்தாளர் அனுமதியை எழுத்து மூலம் பெறாமல் பதிப்பிக்கக் கூடாது.

லா.ச.ரா. (1916 - 2007)

லா.ச.ரா. என்று அழைக்கப்பட்ட லா.ச.ராமாமிர்தம் 1916ஆம் ஆண்டு, அக்டோபர் மாதம் 30ஆம் தேதியன்று திருச்சி அருகில் உள்ள லால்குடியில் பிறந்தார். தந்தை சப்தரிஷி, தாய் ஸ்ரீமதி. மனைவி ஹைமாவதி. இவருக்கு நான்கு மகன்கள் மற்றும் ஒரு மகள் உள்ளனர். ஊர் பெயரையும், தந்தை பெயரையும் தன் பெயருடன் இணைத்து லால்குடி சப்தரிஷி ராமாமிர்தம் என்ற பெயரில் எழுதினார். பின்னர் அதுவே சுருக்கமாக லா.ச.ரா. என்றானது.

லா.ச.ராவின் முதல் கதை, அவரது பதினெட்டாவது வயதில் வெளியானது. தொடக்கத்தில் சிறுகதைகள் மட்டுமே எழுதிவந்த லா.ச.ரா. தன்னுடைய ஐம்பதாவது வயதில் 'புத்ர' என்ற நாவலை எழுதினார். இது, அவரின் முக்கியமான படைப்புகளில் ஒன்றாகும். தினமணி கதிரில் தொடராக வந்த சுயசரிதையான 'சிந்தா நதி'க்கு 1989ஆம் ஆண்டில் சாகித்ய அகாதமி விருதைப் பெற்றார். இருநூறுக்கும் மேற்பட்ட சிறுகதைகள், ஆறு நாவல்கள், இரண்டு வாழ்க்கை வரலாற்று நூல்கள் உள்பட பல நூல்களை எழுதியுள்ளார். இவரது படைப்புகள் பல இந்திய, அயல்நாட்டு மொழிகளில் மொழியாக்கம் செய்யப்பட்டுள்ளன. 2007 அக்டோபர் 29ஆம் தேதி, தமது 91ஆவது வயதில், சென்னையில் காலமானார்.

தொகுப்பாசிரியர் குறிப்பு

1970ஆம் ஆண்டு பிறந்த ஹவியின் இயற்பெயர் ஹரிக்குமார். ஹவி, போதிபாலன் என்ற பெயரில் தொண்ணூறுகள் தொடங்கி, கடந்த முப்பதாண்டுகளாக கவிதை, கதை, கட்டுரைகள் எழுதிவருகிறார். கணையாழி தொடங்கி இன்றைய நவீன இணைய இதழ்கள் வரை இவரது படைப்புகள் வெளிவந்து கொண்டிருக்கின்றன.

அப்பா – சுப்பிரமணியன், அம்மா – லட்சுமி. மனைவி – இந்திராகாந்தி. இடறல், தொரட்டி, புதியதடம் ஆகிய இலக்கிய இதழ்களின் ஆசிரியர் குழுவில் இடம்பெற்றிருந்தவர். புதியகாற்று மாத இதழ் மற்றும் மாலைமுரசு, தினமலர், தினகரன், தினமணி ஆகிய நாளேடுகளில் முதுநிலை உதவி ஆசிரியராகப் பணியாற்றியுள்ளார்.

இதுவரை, இசைக்குமிழி (2011), முடிவற்ற கோடை (2021) ஆகிய இரண்டு கவிதைத் தொகுப்புகள் வெளியாகியுள்ளன. 2011இல், நெய்தல் அமைப்பின் ராஜமார்த்தாண்டன் விருது `இசைக்குமிழி` தொகுப்புக்காக வழங்கப்பட்டது.

பொருளடக்கம்

தொகுப்புரை:
மந்திர மொழியால் மன உலகை மீட்டிய லா.ச.ரா. 9

1. த்வனி 11
2. ராக் விளம்பித் அபிராமி 49
3. பச்சைக் கனவு 61
4. அபூர்வ ராகம் 73
5. தாக்ஷாயணி 94
6. பாற்கடல் 113
7. ஜனனி 131

தொகுப்புரை:

மந்திர மொழியால் மன உலகை மீட்டிய லா.ச.ரா.

'யுகம்தோறும் ஆகாய வடிவாக நிற்கும் உன்னைப் போற்றுகிறேன்' என எழுதும்போதே, நமது மொழியை மாற்றிவிடுகிற மந்திர வித்தைக்குச் சொந்தக்காரர், லாசரா. சொல்லுக்குள் சுருண்டுகிடக்கும் சுருதியை அகச்செவியால் வருடி, மொழியின் தந்தியை மீட்டி, அதன் உட்பொருளுக்கும் உட்பொருளான நாதத்தின் மானசீக ரூபத்தை எழுத்தாக மாற்றியவர். உயிரின் நாதத்தையும் மனதின் ரூபத்தையும் உடலின் கீதத்தையும் வாழ்வின் விநோதத்தையும் மொழியின் ரீங்காரத்தையும் கலந்து முயங்கச் செய்தவை, அவரது படைப்புகள். ஒரு படைப்பாளிக்கு மொழி எத்தனை அவசியம் என்பதற்கு லா.ச.ரா.வே சாட்சி. இறுகக் கட்டிய வீணையின் தந்தியிலிருந்து எழும் சுத்தமான நாதத்தின் உள்பொருளாக விளங்கும் ஆதாரஸ்ருதியாகத் திகழ்பவை, அவரது படைப்புகள். ஒரு முன்னுரையில் அவரே குறிப்பிட்டமாதிரி, தீ என்று எழுதினால் காகிதம் பொசுங்கும் வாசனை வரவேண்டும் என்பதற்கேற்ப மொழியை இடைவிடாமல் கூர்தீட்டியவர். சொல்லின் சூட்சும ஒலியின்வழியே பயணம்செய்து, இருப்பின் கேவலை பிரபஞ்ச வெளியில் விரிந்திருக்கச் செய்தவர். அவர், தனது சொல்லின் ஒவ்வொரு இழையையும் நுணுக்கி நுணுக்கி இசைத்துப் பார்த்த, ஆகச்சிறந்த சில கதைகளை மட்டும் இதில் பகிர்ந்திருக்கிறோம். இசைக்கும் மொழிக்கும் இடையில் ஊடாடும் கலை மனதின் அந்தரங்கத்தை அதன் மாத்திரை பிசகாமல் தனது மொழிக்குள் வசப்படுத்தியவர்.

அவரது மொழி மட்டுமின்றி, அவரது கதையுலகமும் நாம் அன்றாடம் பார்க்கும் நிகழ்வுகளுக்குள் உள்ளே அந்தரங்கமாக நெகிழ்ந்துகொண்டிருக்கும் ஜீவனைப் போன்றவை. அதன் சுவாசத்தின் கதகதப்பை நெருங்கிச் சென்று பார்த்தால் மட்டுமே பிடிபடும். அப்படியும், நமக்கு அத்தனையும் புரிந்துவிடுகிறதா... அத்தனையுமே புரிந்த மட்டுக்குத்தான் என்று அவர் சொல்வதைப் போல... எதுவுமே அதற்கு முன்னும் இல்லை பின்னும் இல்லை... நிகழ்ந்தவற்றுக்கு

நிகழ்ந்தவை மட்டுமே சாட்சி. அப்படியிருப்பதே வாழ்வின் சௌந்தர்யம். சதா சர்வகாலமும் வாழ்வின் இடையறாத த்வனியை கேட்டபடி, தனது சொல்லால் அதை தீட்டிப் பார்க்க முயன்றுகொண்டேயிருந்தார். வாழ்வின் பிடிபடாத புதிர்கள், மனதின் மாயாவிநோதங்கள், அபிலாஷைகள், உறவுகளின் மூர்க்கம், தனிமையின் ஏகாந்த சொரூபம் என அவர், தனக்கேயுரிய உலகைக் கண்டுபிடித்துக் கொண்டார். எழுதி எழுதித் தீராமல் நீளும் முடிவற்ற வாழ்வின் தரிசனத்தை வியப்போடு பார்த்தவை அவரது சொல் விழிகள். வியப்பே தரிசனத்தின் முதல் திறப்பு. அதிலிருந்து எழும் காட்சியே கலா ரூபமாக அவருக்குள் சித்திரமாகிறது.

அகக் கனவில் விரியும் காட்சியின் வண்ணத்தை மொழி ரூபத்தில் எழுதிச்செல்லும் பச்சைக் கனவு, மனதின் இச்சையை ஆண்,பெண் இடையிலான மோகரூபத்தில் உக்கிரம்கொள்ளச் செய்யும் அபூர்வ ராகம், மரணத்தின் குகையில் நின்றபடி, இயற்கையின் மரகதப் பச்சையை ஆராதிக்கும் தாட்ஷாயணி, புறச்செவிக்கும் புலப்படாத அகச்செவிக்கும் அப்பாலான பிம்பத்தின் நளினத்தின் ஓசையைக்கூட உற்றுக் கேட்கும் த்வனி, ஆகாய வடிவாகப் பரந்து நிற்கும் ஜனனி, பெண் மனதின் மாயாஜாலங்களில் நிரம்பித் ததும்பும் பாற்கடல், ராகங்களின் ஜாலம்காட்டி மனதின் ரூபங்களைத் தீட்டிக்காட்டும் ராக் விளம்பித் அபிராமி என அவரது படைப்புகள், மந்திரச் சொற்களால் வாசிப்பவரை வசீகரிக்கக்கூடியவை.

இத்தொகுப்பில் இடம்பெற்றிருக்கும் கதைகள் அவரது படைப்புகளில் கூடுதல் வசீகரமும், மாயத்தன்மையும், இசைத்தன்மையும் கொண்டவையாக இருக்கின்றன. இவை மட்டும்தானா... இன்னும்... இன்னும்... ஆனால் ராகத்தின் ஏதோ ஒரு லட்சணத்தை மட்டும்தானே கோடிட்டுக் காட்டமுடியும்... அதுவும் காட்டிய வரையிலும்தான். அப்படித்தான்... அவரது படைப்புகள் அனைத்தும் நாதரூபமாக நெளிபவை. அவற்றில் சிலதை மட்டும். இப்படித்தான் அனைத்துமே நேர்ந்துவிடுகிறது.

இதுவே, இந்தத் தொகுப்பின் ஆகச்சிறந்த பாலமாக வாசகருக்கும் படைப்புக்கும் இடையில் ஒரு மானசீக உறவை உருவாக்கிவிட தகுந்ததாகிவிடுகிறது. மீண்டும், ஆகாய வடிவான உன்னை யுகம் போற்றுகிறேன் என்றே சொல்லத் தோன்றுகிறது.

தோழமையுடன்

ஹவி

த்வனி

கண்ணின் இமையுள், விழிப்பின் முதல் உணர்வாய்க் கலிந்த இருள் முழுவே உனக்கு அஞ்சலி. உதயத்தின் முற்பொருள் நீ உனக்கு அழிவில்லை. நான் இன்பத்தில் வாழ்த்தியும், துன்பத்தில் தூற்றியும் நீ என்றும் பெருகுவாயாக. நீ உமிழ்ந்த மாணிக்கமாய ஒளியைத் திரும்ப விழுங்க நீ திருவுளம் பற்றிய தருணமே. காலம், இடம், பொருள், தவம், தத்துவம் என என் ப்ரக்ஞை கட்டியாடும் வேடங்கள் அனைத்தும் என் அந்தத்தில் குலைந்து அவிந்து உன்னில் அடங்கிவிடும். ஓம் சாந்தி.

*

உன்னை நான் அறியுமுன்னர் என் உள்ப்ரக்ஞையில் நீ பீடம் கொண்டுவிட்டாய்.

*

இன்று காலை ஆபீஸுக்குத் தாமதமாகிவிட்டது. மின்சாரவண்டி திருட்டு மூட்டைகள் இறங்கும் திருப்பம் தாண்டிக் கோட்டை ஸ்டேஷனின் மதிற்சுவர்கள் தாண்டி, முழு வேகத்தில் போய்க் கொண்டிருக்கையில், 'திடீர் ப்ரேக்' போட்டு நின்ற சடக்கில், நாங்கள் பின் பல்டியடிக்காமல் தப்பித்தது எங்கள் அதிர்ஷ்டம். நான் இருந்த பெட்டி நடுப்பாலத்தில் நின்றது. சுற்றி, மும்முரமாய், ரயில்வே கட்டிடவேலை நடந்து கொண்டிருக்கிறது. இரவும் பகலுமாய் விளக்குப்போட்டு விடாது நடக்கிறது.

பாலத்தின் அடியில் ஓடும் ஜலத்தையொட்டிக் கரைகட்டினாற்போல் குவித்திருக்கும் பாராங்கற்களின்மீது, பூத்த நக்ஷத்ரம்போல் விரிந்த கைகால்களுடன், தலைகீழாய் அண்ணாந்து ஒருவன் விழுந்து கிடந்தான். குடுமி அவிழ்ந்து, தண்ணீரில் தோய்ந்தது. பின்மண்டையிலிருந்து பீறிட்டுக் கொண்டேயிருக்கும் குருதி, ஜலத்தில் பந்து பந்தாய் சடைத்துச் சொம்பளவு இரத்தப் பூக்கள் முகத்தைச் சூழ்ந்து தவழ்ந்தன. காலை வெய்யிலில் தாடி முட்கள் பொன்னாய் மின்னின. சிற்றலைகள் முகத்தைக் கழுவின.

மூலத் துயிலில் தாண்டவ கோலத்தில் மூழ்கிவிட்ட செஞ்சடாதரன்.

*

தெருவிளக்கு அணைந்ததுதான் காரணமோ என்னவோ, நள்ளிரவில் திடுக்கென விழித்துக் கொண்டேன். என் உருவத்தோடுகூட எனக்கிலாதபடி என்னையும் தன்னோடு இழைத்துக்கொண்டது போல் எனைச் சூழ்ந்த மையிருளில் விழித்திரையில் சிவப்பு நுரைகக்கிக்கொண்டு பெருக்கெடுத்து அறை புரண்டது.

சிவப்பை விடச் செந்தூரம் எனில் தகும்.

கைக்குப் பட்டாலன்றி இருக்குமிடம் தெரியாமல் தாதுவில் மிதந்து கொண்டிருந்தால் உயிர்.

“அப்பனே தீர்க்காயுசாயிரு” என்று அயிலாண்டப் பாட்டிகள் வாயார வாழ்த்த வழி.

வெள்ளமாய்ப் புரண்டு விட்டாலோ;

“போயும் போயும் இப்படியா போகணும்! நாலுநாள் கிடந்து போனான்னு வயத்தெரிச்சல் தீரக்கூட வழியில்லையே. நாங்கள் கிழங்கள். இன்னும் கிழங்கா வளைய வரோமே, இந்தக் கொடுமையெல்லாம் பார்க்கணும் கேட்கணும்னு இன்னும் எங்கள் தலையில் என்னென்ன எழுதி வெச்சிருக்கொன்னு தலையிலடித்துக் கொள்ள விஷயமாச்சு.

ஆனால் இன்று செத்துப்போனவன் சின்ன வயது இல்லை. ரயில் தள்ளிவிட்டது. அறியக்கூட அவனுக்கு நேரமிருந்திருக்காது. இல்லாவிடில் முகத்தில் எப்படி அத்தனை சாந்தம்! உதட்டோரம் சிறு முறுவலின் முன் நிழல்கூட இன்பம் தந்த ஏதோ ஞாபகத்தில் தன்னையிழந்து வண்டி வந்ததுகூடத் தெரியாமல், பாலம் தாண்டுகின்றேன் என்று சமுத்திரத்தையே தாண்டிவிட்டான்.

ஆமாம், அக்கரையில் காத்திருக்கும் காரிருளே உனக்குக் கையென்றும், காலென்றும், முலையென்றும், தொடையென்றும் தனியில்லை. அவனை நீ என்ன சைகை எப்படிக் காட்டி உன்னுள் வலித்துக் கொண்டாய் எனும் வியப்பில் எண்ணம் திளைக்கத் திளைக்க நெஞ்சு முன்மேல் மீன் நெளிந்து வளைந்து மாட்டிக்கொள்ளாமல் துள்ளி விளையாடி அடிவயிற்றின் ஒளி மருட்சி காட்டுகிறது.

ஆனால் நூல் மாத்திரம் விட்டுக்கொண்டே போகிறது. இந்த நூலுக்கு மாத்திரம் திரௌபதியின் துகில் போல் எப்படி ஓயாத இந்நீளம்? இல்லை நடுவிலேயே அறுந்து

போனதைத்தான் எல்லையே இல்லாததாய் நினைத்துக் கொண்டிருக்கிறேனா?

சே, சே, இல்லை இல்லை; இல்லவே இல்லை. இந்த நூல் அறவே அறாது. இது அறுந்து போனால், பிறகு என்னதான் இருக்கிறது. என்ன இருந்துதான் என்ன? பிடிக்க மீனுமில்லை; மீன் பிடிக்க ஆளுமில்லை.

இது இருளின் நரம்பு.

எண்ணத்தின் கறுப்பு மணிக்கயிறு!

வானத்தின் நீலத்திநின்று உரித்த பொற்சரடு

நினைவில் மின்னும் இருளின் யஞ்ஞோப வீதம்.

பிறவியின் ஒளி.

வானத்தின் நிலத்திநின்று உரித்த சரடு.

நினைவில் மின்னும் இருளின் யஞ்ஞோப வீதம்.

இதுதான் என் பிறவியின் தேஜஸ்.

*

ஆனால் நான் நூலைக் களைந்து வருடங்களாகிவிட்டன.

அம்மாவின் தகனத்திற்கு மறுநாள் சடங்குகளின் போது மாரைத் தடவினால் பூணூலைக் காணோம்! சட்டையோடு கழன்று 'கோட் ஸ்டாண்டி'ல் தொங்கிக் கொண்டிருக்கிறதா? இருக்காது, நேற்று நான் சட்டையோடு படுக்கவில்லையே! ஆ! புரிந்தது. நேற்று அம்மாவைப் பொசுக்கிவிட்டுக், காட்டிலிருந்து வந்து குளத்தில் மூழ்கிய போது ஜலத்தில் நழுவியிருக்கும்; வேறு வழியே இல்லை.

பூணூல் போன வழி புரிந்ததுமே கூடவே நெஞ்சில் ஏதேதோ கதவுகள் திறந்து கொண்டே போயின.

வெடுக்கென நான் எழுந்த வேகத்தில் மடியிலிருந்த பணம் தரையில் சிந்திற்று. சில்லறைக்குத்தான் எத்தனை இரைச்சல்!

'சாஸ்திரிகளே, நான் சடங்குகளைச் செய்யப் போவதில்லை'.

வாத்தியாருக்கு வாய் தொங்கிற்று. "ஏன் திடீர்னு இப்போ என்ன?...'

'சாஸ்திரிகளே, திடீர் என்று நேர்பவைகள் தாம் திடம், நிஜம். படிப்படியாய் நேர்வது மாறுதல், பல காலம் முடிச்சவிழ்ப்பு நிச்சயமில்லை. திடீரென்று நேர்வதுதான் சிக்கறுப்பு விடுதலை, மீட்சியற்றது. விடுதலை திடீரென்று தான் நேரமுடியும்."

“இப்போ என்ன விடுதலை, எதிலிருந்து விடுதலை?”

“நூல் கட்டிலிருந்து விடுதலை, இடமிருந்து வலம், வலமிருந்து இடம் என மாறி மாறிக் காட்டும் நம்பிக்கையின் போதையினின்று உதறிக்கொண்ட தெளிவு.”

“எனக்கு ஒன்றுமே புரியவில்லை.”

“உங்களுக்கு விளக்குமளவிற்கு என்னுள் இப்போது நேர்ந்ததற்கு இன்னும் வார்த்தைகள் வரவில்லை. ஆனால் வரும், ஒரு நாள் வரும். ஆனால் வந்தால் என்ன, வராவிட்டால் என்ன, நேர்ந்தது நேர்ந்துவிட்டது. விடுதலையின் பாதையே அந்தச் செயல்தான்.”

“நீங்கள் பேசற பாஷையே வேறேயா இருக்கு. போனவர்கள் போய்விட்டாலும் இருக்கிறவா சுபிக்ஷமாயிருக்கணும்னு, லோக க்ஷேமர்த்தம் இந்தக் காரியங்களைச் செய்தாகணும் இதுகளைச் செய்யாட்டா பிதுர்க்களின் சாபம் குடும்பத்திற்கு சம்பவிக்கும்.”

“சாஸ்திரிகளே, உங்கள் கேள்விக்குப் பதில் உங்களிடமிருந்தே வந்து கொண்டிருக்கிறது. போனவர், இருப்பவர், க்ஷேமம், சாபம், லோகம் ஈதெல்லாம் சமுதாய பாஷையின்றி வேறு என்ன? உங்கள்வரை நேற்று இருந்த என் தாய் இன்று போய்விட்டாள் அல்லவா? ஆனால் அதோ சாம்பல் படுக்கையிலிருந்து நம் சர்ச்சையைக் கேட்டு அவள் சிரிக்கும் சிரிப்பின் த்வனி எனக்குக் கேட்கிறது. உங்களுக்குக் கேட்கிறதோ? அது தான் நான் உங்களுக்குச் சொல்லத் தவிக்கும் விஷயம்.”

“இதோ பாருங்கள், பூணூலைக் காணோம்னா அதற்குப் பரிகாரம் இருக்கு. பெரியவா எல்லாத்துக்குமே பரிகாரம் பிராயசித்தம் ஏற்படுத்திட்டுப் போயிருக்கா. அதனாலே”

“ஆண்டவன் சித்தத்துக்கே ப்ராயச்சித்தம் உண்டா என்ன?”

சாஸ்திரிகளின் கீழுதடு கேலி நகையில் வளைந்தது.

“நீங்கள் என்ன அப்போ சாமியாராயிட்டேளா? இப்படியே இந்த இடுப்பு வேட்டியுடனும் தோள் முண்டுடனும் தேசாந்தரம் கிளம்பிட்டேளா? வீட்டுக்குக்கூடத் திரும்பப் போறதில்லையா? இந்த நிலைக்குக்கூடப் பெரியவர் ஏற்கனவே பேர் வெச்சிருக்கா, ஸ்சமான வைராக்யம்னு”

“எனக்கு ஏற்பட்டிருக்கும் விடுதலை வைராக்கியத்தி லிருந்துகூடத்தான்.”

வாத்தியார் தன் கைக்கடிகாரத்தைப் பார்ததுக் கொண்டார். வாத்தியாருக்கு சொந்தத்தில் இரண்டு மாடி

வீடுகள் இருக்கின்றன. வாடகை வருகிறது. அவர் பையன் நல்ல உத்யோகத்திலிருக்கிறான். ஆனால் அவர் பையனை நம்பவில்லை.

"இன்னிக்கு ஒரு ஸீமந்த முகூர்த்தத்துக்குப் போயாகணும். இன்னும் எத்தனை நாழி இடக்குப் பண்ணப்போறேன்? உங்களை மாதிரி மனுஷாள் இருக்கிறதால் தான் நம் குலம் இப்படி க்ஷீணப்பட்டிருக்கு. வேலியே பயிரை மேய்ஞ்சால் விமோசனம் இருக்கோ? நீங்களே சொல்லுங்கோ."

நான் ஒன்றும் சொல்லவில்லை. சொல்ல என்ன இருக்கிறது? அவரும், அவரை அண்டி வந்தவரும், என்னோடு வந்தவரும் என்னைச் சுற்றி நின்றுகொண்டு என்னை ஒரு வினோதப் பிராணிபோல் பாாத்துக் கொண்டிருந்தனர்.

சற்று எட்ட, ஒரு புதைமேட்டின்மேல், புல் மெத்தையில் ஒரு தாய் நாய் சுகமாய்ப் படுத்துக் கொண்டிருந்தது. இரு குட்டிகள் – ஒன்று உடலே பட்டுக் கறுப்பு; இன்னொன்று காது மடிகளில் மாத்திரம் கறுப்புத்திட்டு இன்ப முனகல்களுடன் பாலுண்டு கொண்டிருந்தன.

ஆடு ஒன்று அருகே புல்லை மேய்ந்து கொண்டிருந்தது. நாய் குரைக்கவில்லை. ஆட்டின்மேல் பாயவில்லை. நாயும் ஆடும் சினேகம் போலும். எத்தனைநாள் சினேகமோ?

*

அழுகிறேன்
சிரிக்கிறேன்
பேசுகிறேன்
பேசாமலிருக்கிறேன்

ஆத்திரப்படுகிறேன்
அமைதியாயிருக்கிறேன்
அசைகிறேன்
அடங்குகிறேன்

சகுனம்
சம்பவம்
நம்பிக்கை

கேள்வி
பதில்
சமாதானம்

நன்மை புண்ணியம்
தீமை பாவம்
எல்லாமே த்வனிகள் தான்
மௌனமும்
ஒரு
த்வனிதான்

ஒலியே நீ மோனத்துள் புகுந்து கொண்டதால்
உன்னைக் கேட்கவில்லை என்று
உன்னையே நீ ஏமாற்றிக் கொள்கிறாயா?
கண்ணாடியில் பிம்பம் விழும் த்வனிகூட எனக்குக்
கேட்கிறது. நீ அதை அறிவாயோ? எல்லாம் நெஞ்சு
நிற்கும் மீட்டலுக்கேற்ப.
ஆனால் அறிவது, கேட்பது இவையெல்லாம் என்ன
வெறும் வார்த்தைகள்தானே! அவைகளின் பொருளும்
உண்டான பொருளல்ல. அவ்வவ்வார்த்தை வரம்புள்
சொல் ஓட்டம் நீடித்தவரை நாம் நமக்கு
ஆக்கிக்கொண்ட பொருள்.
ஆனால், சொல் தாண்டிய உயிர், அவ்வுயிரையும் குடித்து
உயிருடன் உயிர் தந்த பொருளையும் விழுங்கிய
இருள்பற்றி நாம் என்ன கண்டோம்!!?

*

என் தாயும் நம்பிக்கைகளைக் களைந்தவள்தான்.
"ஆமாம், உனக்கு நினைவு தெரிந்த நாள் முதலாய் நீயும்தான் உன் தகப்பனுக்கு சிரார்த்தம் பண்ணிப் பண்ணி உன் ஆயுசிலும் பாதிக்கு மேல் ஆயாச்சு. நீ என்னைவிடக் கிழமாயிட்டே. ஆனால் உன் அப்பா இன்னும் உன் பிண்டத்துக்குக் காத்திருக்கார்னு உனக்குத் தோணறதோ? என்னவோ அப்பா எனக்கு நம்பிக்கையில்லே. மனுஷன் வேறு எங்கே பிறந்து? இன்னும் வேறந்தக் குடியைக் கெடுத்திண்டிருக்கானோ, நீ முழிச்சுப் பார்த்தால் நான் பயந்துட மாட்டேன். உன் அப்பாவை உனக்குத் தெரியுமா, எனக்குத் தெரியுமா? உன் அப்பா என் கழுத்தில் கட்டியது தாலியா அது. பாம்புன்னா! பின்னே என்ன? என்னவோ என்னை இத்தனை கெடுத்ததற்கு எனக்குத் தெரிஞ்சு உன் அப்பாவால் அமைஞ்ச ஒரே நல்ல காரியம் உன்னைக் கொடுத்ததுதான். நீ மாத்திரம்

எனக்கென்ன, நான் பெண்ணாய்ப் பிறந்ததுக்கு மலடு இல்லேன்னு நிரூபிக்கத்தானே!"

என் தாய் ஆணாய்ப் பிறக்க வேண்டியவள். ஏதோ சிருஷ்டிப் பிசகில் பெண்ணாய்ப் பிறந்துவிட்டாள் என்று நானே எண்ணுவதுண்டு. நெஞ்சில் உரம் பாய்ந்தவள். நம்பிக்கைகளை அவள் துறந்தாள் என்பதைவிட, அவை அவளுடன் ஒட்ட இயலாது விட்டன என்பதே பொருந்தும்.

"அம்பி, இந்த ஊர் நாக்கு பிளந்த நாக்க. என்னதான் பேசாது? நீ வயத்திலிருக்கும் போதே உன் அப்பாவைக் காவேரி காலை வாரிவிட்டதுக்கு. நீ கொஞ்ச நாள் பின் தள்ளிப் பிறந்திருந்தால் என் நாணயமே நாறிப் போயிருக்கும். முன் தள்ளிக் குறை மாதத்தில் பூமியில் விழுந்திருந்தால் உன் உயிருக்கே தீம்பு! அப்பவும் ஏச்சுத்தான். "பாவி, ஒண்ணே ஒண்ணு. "தான் தான் போகப் போறோம்னு நடுவிட்டுப்போன பயிரையும் அழிச்சுட்டு நிக்கறா!" எதை நம்பி இங்கு வாழ? உண்மையில் அம்பி. யாரால் யாருக்கு என்ன பிரயோஜனம்? உன் வழி உனக்கு. என் விதி வழி நான். இந்தப் போலி வாழ்க்கை எனக்கு இத்துடன் போதும். தான் செத்த பின்னும் எனக்காகச் சடங்குகள் மூலம் இது என்னைத் தொடர வேண்டாம். என் பிறப்புத்தான் என் வசத்திலில்லை. வாழ்க்கையோ பிறருடையதாப் போயிடுத்து. என் சாவாவது என்னுடையதாயிருக்கட்டும். நீயிறைக்கும் எள்ளுக்கும், தண்ணீருக்கும் நான் கரையோரம் வந்து, வாயைத் திறந்துண்டு காத்திருப்பேன் என்று எண்ணாதே. எனக்கு சுயக் கௌரவம் உண்டு."

ஏன் இப்படித் தன்னை முறுக்கேற்றிக் கொள்கிறாள் என்று நான் திகைப்பதுண்டு. ஆனால் அவள் சொல்வதில் எங்கோ உண்மை புதைந்திருக்கிறது. 'எங்கே என்னைக் கண்டு பிடி' என்று எள்ளி நகையாடுகிறது.

ஆனால் என்றேனும் ஒரு நாள் உண்மையை முகமுழித்துத்தான் ஆக வேண்டும். தப்ப முடியாது.

என் தாய் உண்மையைக் கண்டு ஓடி ஒளிபவள் அல்ல. எத்தனையோ முறை வயிற்றுவலி அவளுக்கு வந்திருக்கிறது. ஆனால் இப்போது வந்ததும் சொல்லிவிட்டாள்; "அம்பி, இந்தத்தடவை நான் பிழைக்க மாட்டேன்" என்று, நள்ளிரவில், முன்பின் அறிகுறியிலாது வலி நேரே வயிற்றில் விழுந்து வெட்டியதும், உடல் இன்னும் விட்டுக்கொள்ளாத இரு துண்டுகளாக அது அது அதனதன் தனிப்போக்கில் படுக்கையில் நெளிகையில், அம்மா வலி பொறுக்காது 'என்னடா பாவி

பார்த்துக் கொண்டிருக்கையேடா, கத்தியிருந்தால் என்னைக் குத்திடேண்டா, உனக்கு மனமில்லாட்டா என்னிடமாவது கொடேண்டா! என்று கெஞ்சிக் கதறி, கத்திக்கத்தி, விடியற்காலை புலம்பல் அடங்கி ஓய்ந்து, ஒரு தரம் புரண்டு அசைவற்றுக் கட்டையானதும் சடலத்தினின்று பிரிந்த கடைசி மூச்சுடன் என்னின்று ஒரு பெருமூச்சு கலந்தது.

அப்பாடா! கத்தியைக் கொடுக்காமல் தப்பித்தேன்.

"ஆனால் எனக்கு என் தாய்மேல் அன்பு உண்மையா யிருந்தால், இந்தச் சமயத்தில், நான் கொலையாளியாக அஞ்சி யிருக்கக்கூடாது. ஆகையால் அன்பும் ஒரு பூச்சுத்தான். அதன் உண்மையான தன்மை பொய். அம்மா சொன்னது சரி. யாரால்தான் யாருக்கு என்ன பிரயோசனம்? "ஐயோ, தாயும் பிள்ளையும் அது என்ன ஈஷலோ; அப்பளாத்து மாவு மாதிரி! உலகத்தில் இல்லாத அம்மா, உலகத்திலில்லாத பிள்ளை!" என்று என் மனைவியின் கேலியும் சரி.

ஆசை, அன்பு, பாசம், நம்பிக்கை, சடங்கு, ஆசாரம் என்று மேலுக்கு மினுக்குக் காட்டி. உண்மையில் பயத்தை வளர்த்துத் தனக்கு வேலிகள் நட்டுக்கொண்டே சமூகத்தின் இனித்த பொய்களை உண்டு ஏமாறுவதைவிடக் கசந்த உண்மையை விழுங்கி விடமுண்ட கண்டனானால் என்ன? நஞ்சுக்குப் பழக்கிக் கொண்டால் நான் சிரஞ்சீவி.

*

சிற்சில சமயம் எனக்குச் செவி நரம்பு குறுகுறுக்கும் செவியென்று நான் சொல்கையில் என் மனத்தில் என் எண்ணும், வெளிச்செவிக்கும் உட்செவி தாண்டிய கட்செவிக்கும் உட்செவி, அங்குச் சிலந்தி நூலினும் இழையெடுத்த ஸன்னத்தில் எஃகுச் சுருள் ஒன்று திடீர் திடீர் என, எனக்குக் காரணம் தெரியாத சமயங்களில் சுழல்கையில், அந் நரம்பொலியில் சிரிப்பு கேட்கிறது எனக்கு மாத்திரம் கேட்டு என்னில் குடிகொண்ட ரகஸ்யச் சிரிப்பு? என்ன சிரிப்பு? என்னையறியாமல் இது என்னுள் எப்போது வந்தது? இல்லை, எனக்கு முன்னாலேயே இருந்து என் தோலும் சதையும்.. தான் அதன் மேல் புற்று மண்ணாய்ப் பூத்துக் கொண்டிருகிறதே? இச்சிரிப்புக்குச் செலவு உண்டோ இல்லையோ, வற்றல் இல்லை.

உயிர் அருவியின் 'கிளுகிளுப்பே', இது தானோ?

ஆனைக்கா ஸன்னதிபோல், நெஞ்சப்பாளங்களிலிருந்து கசியும் கண்ணீரும் இதுதான் என்றும் தோன்றுகிறது. ஏனெனில் நெருப்பு குளிர்ந்து ஜலம் ஆயிற்று என்றால் குளிர்ந்த கோபம்தான் கண்ணீர். உறைந்த கண்ணீர்தான் சிரிப்பு.

ஆகையால் எப்பவும் அழுவதற்குப் பதில்தான் சிரிப்பு. சிரிப்பைப்பற்றி நான் வேணுது அறிவேன்.

*

ஒருநாள் மாலை நான் ஆபீஸிலிருந்து திரும்பி வரும்வழியில் தெருக்குழாய்ச் சண்டை.

வசை மொழியில் ஆண் ஒருநாளும் பெண்ணை மிஞ்ச முடியாது, திண்ணமாய்ச் சொல்வேன். வசவின் வகையிலோ, வேகத்திலோ, மூச்சுக்கூட விட்டு வாங்காத ஓயாத கூச்சலிலோ, வசவின் கதியில் அஞ்சாது இறங்கும் அடிமட்டத் துணிச்சலிலோ அவர்களுக்கு நிகர் அவர்கள் தான்.

இருந்தாற்போலிருந்து, திடீரெனக் கை கலந்துவிட்டது. பானையும் தவலையும் உருண்டன. ஒருவர் கூந்தலை ஒருவர் பிடித்து உலுக்கி, முகத்தைப் பிராண்டி, தரையில் உருண்டனர். இந்த ஆரண்ய தர்மத்துக்கெதிர், மார்த்துணி, மானம். மர்மம் எனும் மனித முலாமெலாம் எங்கு நிற்க முடியும்? இருவருக்கும் மூச்சு இறைக்கின்றது. இருவர் முகமும் ரத்த விளாறு. ஆனால் கூந்தல் மேல்பிடி இருவரும் விடவில்லை.

'ஏன்' யா!'

புளித்த கள் நெடி பின்னாலிருந்து மோதியதும் வயிற்றைக் குமட்டிற்று. குத்துமீசைமேல் மங்கிய தணல் மேட்டு விழிகள் கனன்றன.

"பார்த்தா வெள்ளைச்சொக்கா உடுத்து பெரிய மனுசனாட்டம் இருக்கே, வயசானவனா இருக்கே. புருவங்கூட நரைச்சுப்போச்சு. சண்டையை விலக்காட்டியும் வேடிக்கையா பாக்கறே?"

இவன் ஏதோ வலுச்சண்டைக்கு அலைகிறான். அது தான் இவன் பிழைப்பு. பிழைப்பில்தான் எவ்வளவு விதம்! எங்களைச்சுற்றி 'கொல்'லென்று கூட்டம் கூடி விட்டது வேடிக்கை பார்ப்பவர் பாதி. அவனைச் சேர்ந்தவர் பாதி. ஓநாய்க் கூட்டத்தின் ஒரே முகமான பசி ஏக்கம் போல், அவர்கள் முகத்தில் ஒரு வார்ப்பாய்க்காணும் சண்டைக்கு ஏக்கத்திலிருந்தே தெரிகிறது.

"வயசானவனாம் வயசானவன்! இந்த வயசானவங்க. வயசுமேலே பாரத்தைப் போட்டுட்டு பண்ணற கோஷ்டத்தைப் பத்தி என்கிட்டே கேளு அண்ணே! கோயில் திருக்குளத்திலே பொம்மனாட்டிங்க படித்துறையிலேதான் கால் களவுவாங்க "நீ பாட்டுக்குக் குளிம்மா, நான் வயசானவன்!" பஸ்ஸிலே தள்ளித் தள்ளி இடிச்சுகிட்டு ஒக்காருவாங்க. சங்கோசப்படாதே, நீ என் பொண் மாதிரி!" பாத்ரூம்லே ராங்ஸைடுலே நுழைவாங்க.

'ஏண்டா கிளவா! கொட்டையா பொம்மனாட்டி பொம்மை போட்டிருக்குதே'ன்னு கேட்டால், "வயசாச்சோன்னோம்மா, கண்ணு தெரியல்லே"ம்பாங்க. ஐயோ, அதையேன் கேக்கறேபோ, இவங்க பண்ற அக்ரும்புக்கெல்லாம், இவங்க வயசுதான் இவங்களுக்கு "அவுட்பாஸ்."

அவனுக்கு இவன் சுருதி.

இடமே ஏதோ ஒரு தினுசில் பரபரத்தது. இவர்கள் தவிக்கும் சண்டைத்தினவின் முறுக்கேற்றம்.

என்மேல் கைவிழுவதற்கு லக்கினம் இன்னும் ஒரு விநாடி அரை வினாடியில் தொங்கிற்று. பகையின் புகைச்சல் சட்டென அப்படிக் கவிந்துவிட்டது.

அப்போது என் சிரிப்புத்தான் என்னைக் காப்பாற்றிற்று என்று இப்போது தெரிகிறது. என் செவியோரம் எஃகுச் சுருள் திடீரெனக் கழலும் குறுகுறுப்புத் தாங்கமுடியவல்லை. உடல் ரோமக்கால்கள் அனைத்தும் முள்ளாய் என்னின்று சிரிப்புப் புறப்பட்டதும் எல்லோரும் திகைத்து என்னின்று பின் வாங்கினர். அவர்களுக்கு ஒன்றும் புரியவில்லை. முதலில் எனக்கே புரிந்தால்தானே! இது என் சிரிப்பாய் எனக்கேயில்லை. இது எனக்கு முன்னாலேயே இருந்து கொண்டிருக்கும் சிரிப்பு. தனக்கே சிரித்துக்கொண்ட சிரிப்பு. அதன் காரணம் அதற்குத்தான் தெரியும். ஆனால் அதில் ஏதோ ஒரு வெறி, குரூரம். சிரிப்பின் உருட்டு ஒவ்வொன்றும் ஒரு முள் சக்கரமாய்த் தெரிந்தது.

நான் அடியெடுத்து வைக்க ஆரம்பித்ததுமே, கும்பலில் தானே ஒரு சந்து பிரிந்தது. நான் சாவதானமாய் அதன் வழி நடந்து வெளியேறி, தெருவைத் தாண்டினேன்.

என்னை யாரும் பின் தொடரவில்லை.

*

என் சிரிப்புப் பற்றி ஒரோரு சமயமும் எனக்குப் புதிது புதிதாய்ப் புரிகின்றது. என் சிரிப்பின் விரிப்புகள் தான் எத்தனை!"

ஒரு சமயம் அப்பாவின் அர்ச்சனைக்குக் குங்குமச் சிதர்களைத் தாங்கிய ரோஜா இதழ்கள் அதினின்று உதிர்கின்றன.

இன்னொரு சமயம் நட்டுவாக்காளிகளும் குளவிகளுமாய்க் குதிக்கின்றன.

ஒரு சமயம் பொன் வண்டின் ரக்கையடிப்பு.

ஒரு சமயம் நர்த்தகியின் காற்சலங்கையொலி.

ஒரு சமயம் கண்ணீர்த் துளிகளாலேயே கட்டிய சரம் அறுந்து மூலைக்கொன்றாய் உருளும் மணிகளின் கிணிகிணி.

கறந்த பால் நிரம்பிய குடம் கவிழ்ந்து சரிந்த ரத்தம்.

அந்த ரத்தமே உறைந்து திடமாகி வழியின் குறுக்கே தலை தூக்கி இரை தேடி நெளியும் பவழ விரியன்.

அடூத்த பஞ்சாகிப் பிறகு அதனுள் ஒளித்த வஞ்சகக் கோடரியின் கூர்முனையுமாகி, நெஞ்சின் மீட்டலுக்கேற்ப உவமைகள், உருவகங்கள், உருபுகள், கருக்கள் கருவின் இருளில் மறைந்து தோன்றி மீண்டும் மறையும் த்வனிகள்.

அன்று

ஒன்று சொல்கிறேன். அன்று என் கையில் எனக்கு நாளும் கிழமையும் அற்று என்றோ ஆகிவிட்டது. அதைப் பற்றி எனக்கு அக்கறையுமில்லை. அன்று, இன்று, இனி என நாம் நியமித்த ஏற்பாட்டில் நாம் உழம்பிக்கொண்டிருப்பது என்றும் உள்ள இன்றுதான் சென்று போனதை நொந்து, இனிக் காய்த்துத் தொங்கபோவதை நம்பி, கைப்பிடியில் விரலிடுக்கில் வழியும் இன்றை ஏமாந்து போவதை என்றேனும் எண்ணுகையில் சிரிப்பு ஏன் வராது? அழுவதற்குப் பதில் சிரிப்பு. அன்றிலிருந்து பாய்ந்து கொண்டிருக்கும் ஜீவ நதியின் ஓசையே இதுதான்.

அன்று

நான் குளித்துவிட்டு இடுப்பில் ஈரமுண்டுடன் திடுதிடுமென மாடியேறுகையல், பால்கனிலிருந்து போதிய நெடியில் மூக்குத்தண்டு எனையறியாமலே சுணுங்கிற்று. “மோப்ப மாஸ்டர்” என்று ஏற்கனவே பட்டம் வாங்கியிருக்கிறேன். வேட்டை நாய் என்று அழைக்கவில்லை. மரியாதைக் குறைவு ஆயிற்றே!

ராஜு பால்கனிலிருந்து வெளிப்பட்டான். அவன் முகம் லேசாய் வெளிறிட்டிருந்தது. இருவரும் ஒருவரையொருவர் பார்த்தபடி நின்றோம்.

மனிதனோ, மிருகமோ, எவ்வளவு நெருங்கிய உறவானாலும் சரி எப்பவும் நம்மில் ஒரு நம்பிக்கையற்றதன்மை. ஒரு சதா விழிப்பு இயங்கிக்கொண்டேயிருக்கிறது. இந்த உஷார், ஜீவனின் இயல்புக்கே உரிய தற்காப்போ!

ராஜுவுக்குப் படிக்க உடல் வணங்கவில்லை. “நான் வேண்டாம்னா சொல்றேன்?” அவன் தாய் என்னிடம் கை விரிக்கிறாள். “அவன் தான் வேலைக்குப் போகணும்னு ஆசைப்படறான். ‘நீதான் அப்பாவிடம் சொல்லேன்’னு

என்னைப் பிடுங்கியெடுக்கிறான். அவன் இஷ்டப்படி ஒரு வேளையைத்தான் பண்ணி வெச்சுடுங்களேன்! வயசுப்பிள்ளை அப்பா மாதிரிதான் ரெண்டு காசு ஆத்துக்குக் கொண்டு வரம்னும்னு ஆசையிருக்காதா? ஏதோ அவனும் சொக்காய்த்துணி வண்ணான் வரைக்குமாவது ஆகுமோன்னோ!"

ராஜு என்றுமே 'டீக்' காக உடுப்பான். வண்ணான் மடியில் கத்திமுனை கலையவே கலையாது. தூசி பட்டாலும் துடித்து விழுவான். ஆகையால், இப்போது சட்டைப்பையில் கறுப்புத்திட்டு தீய்ந்து கொண்டே பெரிதாகி, சொக்காய் பொசுங்குவது அவனுக்கு ஏன் தெரியவில்லை? நான் சட்டென்று அவன் பைக்குள் கைவிட்டு எடுத்து அவன் வாயில் நட்டேன்.

ஏண்டா, அப்பாவுக்கு இப்படி மரியாதை பார்த்தால் உன் உயிருக்கே ஆபத்தாச்சேடா! சட்டை பற்றிக்கொண்டால் உன் கதி என்ன?

அவன் கன்னத்தில் விழுந்த அறையில் என் கைவிரல் நுனிகளில் 'சுறீல்' பாய்ந்தது.

ராஜு திணறிப் போனான் அவனுக்கு வலியைவிட ஆச்சரியம்தான் இருந்திருக்கும். எனக்கே என்செயல் வியப்பாயிருந்தது. எனக்கு நினைவு தெரிந்து என் குழந்தைகளை நான் தண்டித்தது இல்லை அதெல்லாம் அவள்பாடு. அடிப்பாள் உடனே கட்டிக்கொண்டு அழுவாள். அடித்த கன்னத்தைக் கையில் தாங்கிக்கொண்டு என்னைப் பார்த்துக் குழம்பி நின்றாள்.

"என்ன இது வயசுப்பிள்ளையை நீங்கள் போட்டு அடிக்கற அக்ரமம்?" குரல் கேட்டுத் திரும்பினேன். என் பின்னால் ராதை நின்று கொண்டிருந்தாள்; அவள் முகம் கொதித்தது. இந்தச் சமயம் அவள் தன் முந்திய அழகின் முழுமையில் பொலிந்தாள். எனக்குச் சொந்தமாயிருந்த அந்த நாளின் அழகு.

இப்போது ராதை எனக்குச் சொந்தமில்லை. அவள் தன் குழந்தைகளின் தாய். அவர்களுக்குச் சொந்தம்.

நான் ஒன்றும் பதில் பேசவில்லை. நேரே என் அறைக்குச் சென்று கதவைத் தாளிட்டுக் கொண்டேன். இடுப்பின் ஈரத்தைக் களையாமலே நாற்காலியில் சாய்ந்தேன். உடலில் ஒரு தினுசான ஓய்ச்சல். என்னை மங்கிய இருள் சூழ்ந்தது. என்றுமே என் அறையில் வெளிச்சம் மட்டுந்தான். இந்தச் சமயம் எனக்கு இந்த இருள் வேண்டியிருந்தது. என்னையே எனக்குப் பார்க்க விருப்பம் இல்லாத சமயம் இது. இருளின் இதவு

உடல் மேலேயே உணரும் சமயம் இது. இருளுக்கும் எனக்கும் என்றுமே இணைப்பு உண்டு. எத்தனை பேர் என்னைச் சூழ இருந்தும் நான் வரவர அதிகம் உணரும் தனிமையில் இன்தச் சின்னத்தின் துணையும் இல்லாவிடில் நான் என்ன ஆவனோ? வரவர எனக்கு ஏன் இப்படியெல்லாம் தோன்றுகிறது? வயது காரணமாய் உடல் நைவின்மேல் போடும் பழியைத் தவிர, மனத்திலேயே ஏதோ ரஸாயனம் நேர்ந்து கொண்டிருக்கிறது. இல்லை உடல் வேறு, என்று பிரித்துப் பேசுவதுதான் தவறோ? உடல் இல்லாது மனம் ஏது?

*

கீழே கூடத்தில் ரேடியோ ஏதோ சினிமாப் பாட்டைக் கதறுகிறது. பாட்டா அது? ஆபாச ஊளை; ஒரு கல்லைத் தூக்கிப் போட்டால் அடங்கிவிடும். ரிப்பேர் ஆகித் திரும்பி வரும்வரை ஒரு பத்து நாளேனும் நிம்மதி. ஆனால் அப்படியும் நிச்சயமாய்ச் சொல்வதற்கில்லை. கம்பெனிக்காரன் பதில் ரேடியோ தருவானாமே! ஓயாத இரைச்சலில்தான் இந்த வீட்டு வாழ்க்கை. ஒன்று இரைச்சல். இல்லை மொண மொணப்பு.

மகப்பேறு ஒவ்வொன்றுக்கும் எங்கள் உறவு விரிசல் கண்டு, ஒன்று, இரண்டு, மூன்று – நான்கும் ஆனது ராதையும் நானும் நேர்ந்தத அறியாமலே, இரு கக்ஷிகளாகவே பிரிந்துவிட்டோம். அவள் இரைச்சலில் தன் ஆத்திரங்களுக்கு வாய் மொழி கண்டால், நான் ஊமையானேன். பிளவைச் செப்பனிட நான் முற்படவில்லை. பயன்? நாம் தான் நாளுக்க நாள் சுட்டமண் ஆகிக் கொண்டிருக்கிறோமே!

“உங்கப்பா என்னடா காலத்தோடு ஒட்டின மனுஷனேயில்லை உத்தியோகம் பண்றார்னுபேர், இன்னும் கைக் கடிகாரம்கூட இல்லை. காய்கறிக்கடைக்காரன் கூட கடிகாரம் கட்டிண்டுதான் சொத்தைக் கத்தரிக்காயை நிறுத்துப் போடறான். அதையும் உங்கப்பா வாய் பேசாமல் வாங்கிண்டு வந்துதான் இங்கு கொட்டறார். மாமனார் வீட்டில் வாங்கிப் போட்டால்தான் உண்டா? தானா வாங்கிப் போட்டுக்கொள்ள வக்கில்லையா? நாளாகவில்லையா? உங்கப்பாவின் மாப்பிள்ளையழைப்பின்போதே, இவர் வேட்டியைத் தட்டிச் சுத்திக் கட்டிண்டு காரிலிருந்து இறங்கினதைநான் மாடியிலிருந்து பார்த்தது. நான் நாலு பெத்தாச்சு. நாளுக்கும் மறக்காது. இன்னும் அந்தக்கோலம் நெஞ்சை அறுத்துண்டு தானிருக்கு. ஒரு சினிமா டிராமா ஆம்படையானைத் தனியா அழைச்சுண்டு போனதுண்டா? கேட்டால், “நீ வேணும்னா போயேன்!” நான் வேணது போறேன். இல்லை இவர் போகலியேன்னு நான்

போகாமலிருக்க முடியுமா? நான் போறேன், என் பிள்ளைகளை அழைச்சுண்டு போறேன்; நீங்கள் தடுக்கலே என்பதா கணக்கு? உங்களோடு என்று எனக்கு என் பங்கு எங்கே?"

ராதையின் குரல்களே இப்படித்தான்.

"ஆள் கால், ஆடை முக்கால்னு உங்க அப்பா இன்னும் காலத்தோடு ஒட்டினால் நம் குடும்பம் இன்னும் முன்னேறலாம். என் தங்கை போல், நம் வீட்டிலும் ஒரு சமையற்காரனும் வாசலில் ஒரு காரும் நிற்கக்கூடாதா? இல்லை இரண்டுக்கும்தான் எனக்குத் தகுதியில்லையா?"

எனக்குத் தெரிந்து ராதைக்கு மூன்று ஆசைகள்.

அவளைக் காலையில் எழுப்பக்கூடாது.

அவள் செலவுக்குப் பணம் அவ்வப்போது முளைத்துக் கொண்டே இருக்கவேண்டும் அவளைக் கணக்குக் கேட்கக் கூடாது.

அவள் தங்கை செய்வதெல்லாம் அவள் செய்தாக வேண்டும்.

"ஒரு அசலாத்துப் பெண்ணைக் கழுத்தில் கயிற்றைக் கட்டி இழுத்துண்டு வந்துட்டா ஆயிடுத்தா? அவளைச் சந்தோஷமா வெச்சுக்க வேண்டாமா?"

"உங்க அம்மாவுக்குக் காரும், சினிமாவும்தான் முக்கியம். நான் கூட இல்லே" என்று நான் கேலி செய்தால் அதற்கும் பதில் வைத்திருப்பாள்.

"அப்படித்தான் இருந்துட்டுப் போகட்டுமே! ஊர் உலகத்தில் எல்லோரும் போகல்லியா, வரல்லியா? ஆம்படையான் செத்துப்போனவாள் எல்லாம் உடனே உடன்கட்டை ஏறிவிட்டாளா? நீங்கள் ஒரு பிள்ளை. உங்களை நம்பி உங்கம்மா வாழ்ந்தாப்போலே, நான் மூணு பேரை நம்பி வாழ்ந்திட்டுப் போறேன். மூணு பேரில் மூணுபேருமா பொல்லாதவனாயிருப்பான்கள்? உங்களை நம்பி என்ன கண்டேன்."

"நான் தான் வெகுளி. லோலோன்னு கத்தி நானே ஓயணும். எல்லாத்துக்கும் மௌனம்தான் மருந்துன்னு உங்கப்பா அழுத்தமாயிருக்கார். எனக்குத் தெரியாதா? ஆனால் இனி நான் ஓயமாட்டேன்."

எனக்கும் தான் தெரிகிறது.

ப்ரேமையின் சின்னமாய் ராதையின் பெயரை இவள் ஏன் கொண்டாள்?

இதெல்லாம் இன்றைக்கு எனக்குத் தோன்றுவானேன்? அன்று மாலை, ஏன் அன்றிலிருந்தே நான் வீடு திரும்பவில்லை.

*

ராதையின் புழுக்கமும், அவள் பழியும், என் மௌனமும் சேர்ந்து நிச்சயமாய் என்னை ஏதோ ஒரு முனைமுகம் இழுத்துச் செல்கின்றன. அவள் கிளை தாவிட்டாள். எனக்குத் தாவக்கிளையில்லை. அதற்குப் பதில் என்னைக் கழுவிலேற்றியது போல் என்னை ஊடுருவிவிட்ட வேர்மீது, என்மீது ஒரு விருக்ஷம் வளர்ந்து கொண்டிருக்கிறது.

மனம் ஒரு தோலானால் மனமும் உடல்தான்.

உலகமே உயிரின் கல்லறை.

என்மேல் கற்கள் அடுக்கியாகின்றன.

நான் தனியனாகிவிட்டேன்.

நாளும் கிழமையும் என்னைத் துறந்தன.

*

மறுநாள் மாலை: ராஜு ஆபீசுக்கு வந்தான் விஜியைத் தூக்கிக்கொண்டு.

"அப்பா!" குழந்தை என்னைக் கண்டதும் ஒரு தாவு தாவிவிட்டாள். அப்பம் போன்ற கைகளால் என் முகத்தைத் தொட்டுப் பார்க்கிறாள். அது அவள் சுபாவம்.

நான் மணியடித்து, பாபுவை ஒரு 'ஸெட் டிபனும்' இரண்டு காப்பியும் வாங்கிவரச் சொன்னேன். விஜிக்கு ஒரு லாலி பாப்!

அப்படியென்றால் என்னவோ?

ராஜுக்கு முகம் சுண்டியிருந்தது.

"அப்பா என்னை மன்னிச்சிடுங்கோ!" இந்த மூன்று வார்த்தைகளை வெளியிட எவ்வளவு ஒத்திகை பார்த்திருப்பான்.

"ஓ ராஜு I am also sorry. உன் அம்மா சொன்னாப்போல, உன்மேல் நான் ஏன் கை வைத்திருக்கவேணும்? நான் பெற்றதால் என் வளர்ப்பிலேயே உன்னை நான் உருவாக்கப் பார்ப்பது நியாயமா? ராஜு நீ பெரியவனாயிட்டே. உன்னிடம்விட்டுப் பேசலாம் என்றே நினைக்கிறேன். இந்த மனித விதைக்குத்தான் இந்த மகத்துவம் உண்டு. ஒரே மரத்தில் மாங்காய் காய்க்கும். தேங்காய் பாளைவிடும், அவரை பூக்கும், பாகல் படரும். இந்த உண்மை சமயத்தில் மறந்து விடுவதால்தான் வருகிறது துயரம், சண்டை, மனஸ்தாபம் எல்லாம்!"

"வீட்டுக்கு வாங்கோ அப்பா!" ராஜு முனகினான். "சேகர் இந்த ஒருநாள் ராத்திரியில் உங்களைக்காணாமல் 'பக்'னு பாதி வாங்கிட்டான். வாய்விட்டால், அழுதால் கூட தேவலை. ஊமையடிப்பட்டுத் தவிக்கிறான்"

சேகருக்கு என்மேல் பட்சம் கூடத்தான். என்மேல் காலைப் போட்டுக் கொண்டால்தான் அவனுக்குத் தூக்கம் வரும்.

"கண்ணன் என்ன பண்ணுகிறான்?"

"கண்ணன் ரெண்டு தடவை 'அப்பா இன்னும் வல்லியா'ன்னு கேட்டான். அப்புறம் பந்தை எடுத்துக் கொண்டு ஓடிப்போயிட்டான்."

எனக்குத் தெரியும். கண்ணன் சமாளித்துக்கொண்டு விடுவான்.

எல்லோருமே சமாளித்துக்கொண்டு விடுவார்கள்.

நாள் ஆகஆக, உடலில் உப்பும் தண்ணும் ஊற ஊற, சதை தடிக்கத்தடிக்க, எல்லோருமே எல்லாவற்றையுமே சமாளித்துக்கொண்டு விடுவார்கள்.

அம்மா என்ன பண்ணுகிறாள்? – என்று நான் கேட்கவில்லை.

கேட்க மாட்டேன்.

கண்ணனுக்குப் பந்து.

ராஜுவுக்கு சிகரெட்.

விஜிக்கு 'லாலி பப்பு'

ராதைக்குச் சினிமா.

சேகர்தான் பாவம்! கொஞ்சம் திண்டாடுவான்.

பிறகு அவனும் சரியாகி விடுவான்.

வாழ்க்கையே மறதியின் வெற்றிதானே.

நான் ராஜுவின் தோள்மேல் கை வைத்தேன்.

"ராஜு, Don't bother. நான் எங்கே காட்டுக்கா போய் விட்டேன்? எனக்குத் தோன்றும்போது வருகிறேன். நீங்களும் என் ரூமுக்கு வாருங்கள்! இன்று நேரமாகிவிட்டது. நாளை காலை வா, உன் பேரில் பேங்கில் கணக்கு வைக்கணும். குடும்பத்தை இனி நீதான் பார்த்துக் கொள்ள வேண்டும். நீ வேலைக்குப் போக ஆசைப்படுவதாக உன் அம்மா சொன்னாள். நாளைக்கு உனக்கு ஒரு சிபாரிசு கடிதாசு தருகிறேன். உனக்கு வேலை கிடைக்கும்."

ராஜுவுக்கு முகம் மலர்ந்தது. உடனே அடக்கிக் கொண்டான்.

"என்னப்பா இதைவிடப் பெரிய சண்டையெல்லாம் வீட்டில் நடந்திருகு. அதைவிட நீங்கள் வீட்டைவிட்டு வெளியேறும்படியாக என்ன நேர்ந்துவிட்டது?

"நீ சொல்வது சரிதான். ஆனால் பெரிய வெடிக்கு தீவட்டியை வெச்சுத்தான் கொளுத்தணுமா? சின்னத் திரி போதாதா? எனக்கும் வயதாயிற்று. குடும்பத்தைவிட்டு ஒதுங்க எனக்கு வேளை வந்துவிட்டது என்று வைத்துக் கொள்ளேன்? இளவெட்டுக்கள் உங்களுக்கெல்லாம் எப்போ சான்ஸ் கிடைக்கிறது? அடடா பிடிடா இவளை! மசியைக் கொட்டிட்டாளே, முக்கியமான பேப்பரில்!"

"அப்பா, சாயந்தரமா வரப்போ 'லாலிபப் வாங்கிண்டு வரீயா?"

*

என் அறையில் படுத்திருக்கிறேன்.

அறை மிகச்சிறிது. கைகளை நீட்டினால் இரு பக்கத்துச் சுவர்களும் இடிக்கின்றன. ஆயினும் இது என்வளை.

ஜன்னலில் ஒரு மண் கூஜாவில் குடி ஜலம். கண்ணாடி டம்ளர். இன்றுதான் வாங்கினேன். காலை வீசி நடக்கும் தூரத்தில் Hotel De Mathur. பண்டங்கள் அப்படி ஒன்றும் மதுரமாயில்லை. ஆயீனும் கிட்ட இருக்கிறது. சாப்பிடப்போனாலும் போச்சு. சோம்பலாய் இருந்தால் திரும்பிப் படுத்துக் கொண்டாலும் போச்சு. என்னைக் கேட்பார் யாருமில்லை. நானே ராஜா, நானே மந்திரி, நானே சேவகன்.

ராதையின் பழகிய குரல் நினைவில் எழுகின்றது.

"எத்தனை நாள் நடக்கும் பார்த்துடறேன். நாக்குச் செத்துப்போனால் தானா வந்து சேர்றார். அவர் வீட்டுக்கு அவரை நான் அழைக்கணுமா என்ன? நாலு பேர் சிரிக்கணும்னுதானே நாலு பெக்கற வரைக்கும் காத்திருந்து உங்கப்பா லீவை நடத்தறார்!"

அதுவும் எனக்குத் தெரியாது. இப்போதைக்கு என் சிரிப்புத்தான் எனக்குக் கேட்டுக் கொண்டிருக்கிறது.

ஆனால் இன்னொன்றும் நினைவுக்கு வருகிறது.

குழந்தைகள் வருமுன், என் ராதை ஒரு சமயம் எங்கள் ஆலிங்கனத்தின் நெருக்கத்தைத் தடுத்ததென என் பூணூலைக் கோபித்து "சூள்" கொட்டி முதுகுப்புறம் தள்ளிவிட்டதும் ஞாபகம் வருகிறது.

இன்று மாலை 'லாட்ஜ்' வாசலில் வந்து தெருப்பக்கம் காற்று வாங்க நின்றேன். எதிர்வீட்டுக் குறட்டில் ஒரு பையன் பம்பரம் ஆடுகிறான். இதனை ஆடப் பார்க்கிறான். சின்னப்பையன் நாலு, ஐந்து வயதுக்குமேல் இராது. கயிற்றை இழுத்துப் பம்பரத்தில் சுற்றக்கூட அவனுக்குச் சக்தியில்லை.

அவனிடம் போய் கையை நீட்டினேன். பையன் முறுக்கிக் கொள்ளவில்லை. உடனே கொடுத்துவிட்டான். ஜாட்டியைச் சுற்றிக்கொண்டே "அம்பி உன் பேர் என்ன?" என்று கேட்டேன்.

"சேகர்."

"ஓ! நீயும் சேகரா?"

பம்பரம் கயிற்றிலிருந்து விடுபட்டு ரோஷத்துடன் தரைமீது குதித்தது. குளவிபோல் கூவிற்று கற்பூரக் கொழுந்து போல் தூங்கிற்று. பையன் முகமே கண்களாயின. ஏற்கெனவே கார்ட்டூன் பொம்மை மாதிரிதான் இருக்கிறான். பம்பரத்தை எடுத்து அவன் கையை விரித்து உள்ளங்கையில் விட்டேன். குறுகுறு–சேகர் வாயிலிருந்து உடைந்த குழாய் போல் சிரிப்பு பீறிட்டது. பம்பரம் படிப்படியாக வேகம் குறைந்து, கிழவன் தலைபோல் ஆடிக் கையிலிருந்து கவிழ்ந்தது.

"தாத்தா தாத்தா நுன்னொண்ணா தடவை பண்ணுங்கோளேன்! தாத்தா தாத்தா! Please"

ஓ, கான்வென்டா?

அந்த நிமிஷத்திலிருந்தே நாங்கள் சினேகிதர்களாகி விட்டோம்.

"நுண்னொண்ணு தரம்!"

"நுண்னொண்ணு தரம்!"

"சேகர்! சேகர்!" என்று குரல் கொடுத்துக் கொண்டே உள்ளிருந்து ஒரு பெண் வந்தாள். பையன் அவனிடம் ஓடிப்போய் அவள் இடுப்பைக் கட்டிக் கொண்டான்.

"அம்மா! அம்மா! தாத்தா நொம்ம நன்னா குத்துவிடறார். நீபாரேன்!"

இவள் இவனுக்குத் தயாரா? அக்கா என்றாலே பொருந்தும். பையன் முகத்துப்பால் இவள் முகத்தில் இன்னும் காயவில்லை. இவளை எங்கேயாவது பார்த்திருக்கிறேனோ?"

அவள் புன்னகை புரிந்தாள்.

"சேகருக்குக் கொஞ்சம் இடம் கிடைச்சுட்டான் போதும் நேரே தலைமேல் தான் சவாரி."

நான் நெற்றிப் பொட்டைத் தேய்த்துக்கொண்டு நின்றேன். இவளை நான் எங்கு பார்த்திருக்க முடியும்?

"தாத்தா குத்துவிடுங்கோ தாத்தா! அம்மா பாாக்கனும்!"

அவள் அவன் வாயைப் பொத்தினாள்.

"உஷ்! மாமான்னு சொல்லணும சேகர்!"

அன்றிரவு நான் குளித்துவிட்டு, ஹோட்டலுக்குக் கிளம்ப சட்டையை மாட்டிக் கொண்டிருக்கையில்,

"தாத்–மாமா!"

திரும்பினேன். அறை வாசற்படியில் சேகர் நின்று கொண்டிருந்தான், கையில் ஒரு தட்டுடன், அதில் ஒன்றன் மேல் ஒன்றாய்க் குவித்த இரண்டு மூன்று பொரித்த அப்பளங்கள்.

"அம்மா கொடுத்துட்டு வரச் சொன்னாள். ஈர அப்பலாம். இன்னிக்கு இட்டாளரம்."

அவனைத் தூக்கிக்கொண்டேன். பையன் இறக்கை மாதிரியிருந்தான்.

'Thankyou Sekar! Tell your Mummy! I Thank here!"

*

அவள் கணவனும் இரண்டு நாள் கழித்து என்னைப் பார்க்க வந்தான். பையனை அழைத்துக் கொண்டு "சுமாச்சுமா சேகர் பிடுங்கி எடுக்கிறான்." அவனுக்கு ராணுவத்தில் வேலை. "நினைத்த சமயம் எங்கே வேணுமானாலும் மாற்றலாம். பையன் படிப்பு பாழாய்ப்போவுது. பையன் உங்ககிட்ட ரொம்ப ஒட்டிக்கிட்டான் சார். எங்களுக்கே ஆச்சரியமா இருக்குது."

யாரும் என்னோடு ஒட்டினால் இப்போது கூச்சமாயிருக்கிறது. எந்தவித ஈடுபாட்டிலும் மாட்டிக்கொள்ள மனம் மருள்கின்றது. இப்போது ஒரு பெரும் ஈடுபாடிலிருந்து என்னைக் கழற்றிக் கொண்டு வந்திருக்கிறேன். ஆனால் இதை இவனிடம் சொல்ல முடியுமா? சொல்வதே ஒரு ஈடுபாடுதான்.

"அவளுக்கு ரொம்ப சந்தோஷம் சார், so to me எங்க வீட்டில் பெரியவங்க யாரும் இல்லை. என் parents சின்ன போதிலேயே காலமாயிட்டாங்க. அவளுக்குத் தாயார் இல்லை. அவள் தகப்பனார் மறுபடியும் கலியாணம் பண்ணிக்கிட்டார். அவங்க எல்லாம் தூரதேசம்"

கண்டவிடம் மாற்றலாகி, கண்டபேருடன் பழகி அவர்கள் பேச்சு இவனுக்குப் படிந்து, இவன் பாஷை இன்னதெனப் புரியாதபடி பாழ்பண்ணிக் கொண்டாச்சு.

இதையெல்லாம் இவன் ஏன் என்னிடம் சொல்கிறான்? இவர்களைப் பற்றி எதையும் அறிய நான் விரும்பவில்லை. யாரைப்பற்றியும் எதையும் அறிய நான் விரும்பவில்லை.

"உங்க மாதிரி ஒரு பெரியவங்க எதிர் வீட்டிலேயே எங்களுக்குக் கிடைச்சுது எங்க அதிர்ஷ்டம் ஸார், அப்பப்போ உங்கள் advice, guidence."

Oh my god! இந்தத் தும்பைத் தலையும் நரைபுருவமும் படுத்தும்பாடு!

"அதே மாதிரி உங்களுக்கும் என்னால் – எங்களால் ஏதாவது ஆகணும்னா don't hesitate"

"உன்னால் – உங்களால் எனக்கு ஆகவேண்டியது நீங்கள் என்னைச் சும்மா விட்டு விடுவதுதான். நான் வேண்டுவது தனிமை" என்று இவனிடம் சொல்ல முடியுமோ?

"ஓ அதற்கென்ன?" என்று சொல்லி எழுகின்றேன். அசட்டுச் சிரிப்பு சிரித்துக்கொண்டு என்னுள் வீற்றிருக்கும் சிரிப்பு என்னைப் பார்த்துச் சிரிக்கின்றது.

*

நான் தனிமை, தனிமை என்கிறேன்.

ஆனால் உண்மையில், உண்மையான தனிமையைச் சாதிக்க முடியுமோ?

தனியாயிருந்தால் மட்டும் தனிமை கிட்டி விடுமோ? அதுவே முதலில் இருக்கிறதோ?

ஏனெனில், நான் எங்கு போனாலும், யாரைவிட்டுத் தப்பி வந்தாலும் எப்பவும் என்னோடு இருக்கிறேனே!

எனக்கும் நான் நாஸ்திதான் தனிமை.

துறந்துவிட்டதால் மட்டும் தனிமை வருமோ? ஒன்றைத் துறந்தால் மற்றொன்று அதனினும் பெரிது இட்டு நிரப்ப வந்து விடுகின்றது.

சகலமும் துறந்தவனுக்கு உலகமே உடைமை.

ஆகையால் சின்ன உடைமை, பெரிய உடைமை எனும் தாரதம்மியங்கள் தவிர உண்மையான தனிமையுமில்லை.

உண்மையான துறவுமில்லை.

இன்றிரவு எனக்கு ஒரு வேடிக்கையான எண்ணம் தோன்றிற்று. முற்றிலும் வேடிக்கையுமல்ல. விஷமமானதுதான். நான் தனியாக வந்து எம்மட்டும் தனிமையைச் சாதித்திருக்கிறேன் என அறிய ஆவல் கொண்டேன். இன்று என இரவுச் சாப்பாட்டை இரந்துண்டால் என்ன? பிச்சையெடுக்க மனம் எம்மட்டில் துணிந்திருக்கிறது? ஹோட்டல் டிக்கெட் புஸ்தகத்தையும், பாங்கு புஸ்தகத்தையும், மணி பர்சையும், எதிர்வீட்டு உறவையும், உத்யோக பத்திரத்தையும் இத்தனை தைரியங்களின் கலவையான என் மமதையையும் எம்மட்டில் என்னால் மறக்கமுடியும்?

தெருக்களைத் தாண்டி வெகுதூரம் நடந்தேன். வாசல்கள் சில திறந்திருந்தன. பல மூடியிருந்தன. எந்தப் படியை ஏறவும்

மனம் துணிந்திருந்தால்தானே! நடந்து நடந்து நாக்குக்கூட வரண்டுவிட்டது. இன்று சோறு இல்லாவிட்டாலும் போகிறது. தாகத்துக்குச் சோதனையாக ஒரு சோடாக்கடை கூடத் தென்படவில்லை. நான் இப்போது அலையும் இடத்தில் தெருவிளக்குக் கூடச் சரியாக எரியவில்லை. விட்டு விட்டு அணைந்து ஏற்றிக்கொள்கிறது. வழி தப்பிவிட்டதோ? சந்தேகம் வந்துவிட்டது முன்னிலாவில் வெள்ளைத்துணி போர்த்த ஒரு உருவம் தெரிந்தது. சற்றுத் தயங்கி நின்றேன்.

திண்ணையில் சாய்ந்திருந்தவர் சட்டென எழுந்து உட்கார்ந்தார்.

"யாரைத் தேடறீங்க? வாங்க, வாங்க – உட்காருங்க – உட்கார்ந்து பேசுங்க"

"நான் நான் எனக்கு"

விழிகளில் எரிநீர் உறுத்திற்று. இது கோபமா? அவமானமா?? பயமா??? உலகில் பிச்சை புகுந்த அத்தனை ஆண்டுகளின் அடையாளத் துயரமா????

இச்சமயம் ராதை என்னைப் பார்த்தால் என்ன சொல்வாள்? என்னை இடிக்க மாட்டாள்??

இதெல்லாம் எத்தனை அனாவசியம்! தன் மனசில்தான் பெரிய புத்தன், பட்டினத்தார்னு எண்ணம்! தன் வீட்டுச்சோற்றைத் தான் சாப்பிடுவதை விட்டுவிட்டு, இதென்ன கௌரவப் பிச்சையா? வேண்டுதல் பிச்சையா?"

என்மேல் ஊர்ந்த ஆயிரம் தேள்களில் ஒன்று அவரைக் கொட்டி விட்டாற்போல் அவர் துள்ளி எழுந்தார்.

சிவகாமி! ஆள் வந்தாச்சு, இலையப்போடு!" அவர் குரல் கணீரென்றது. "வாங்க, கைகால் கழுவுங்க!"

வாழை இலையில் வட்டித்த சாதத்தின்மேல் நெய் ஊற்றிய இடம் லாந்தர் வெளிச்சத்தில் பளபளத்து என்னைப் பார்த்துச் சிரித்தது.

அந்த வற்றல்குழம்புக்கும், பருப்புத் துவையலுக்கும் கெட்டி மோருக்கும் இணை ருசி நான் இன்னும் காணப்போகிறேன்.

சாப்பாடு முடியும்வரை யாரும் பேசவில்லை.

கையலம்பிக் கொண்டதும் அவர் வெற்றிலைத் தட்டையெடுத்து வந்தார்.

"நான் போடும் வழக்கமில்லை" என்றேன்.

"பரவாயில்லை, தாம்பூலம் எடுத்துக்கோங்க"

நான் வாங்கிக் கொண்டதும் தடாலென்று இருவரும் என் காலில் விழுந்து நமஸ்கரித்தனர்.

எனக்கு வாயடைத்தது.

அந்த அம்மா பேசினாள்.

"எங்களுக்கு எவ்வளவு சந்தோஷம் தெரியுங்களா? இன்னி மாலையிலிருந்தே இவர் சொல்லிட்டிருக்காரு. "சிவகாமி, இலை போட அவசரமில்லை விருந்தாளி வர இருக்கு"ன்னு, என்ன இவரு இப்படிச் சொல்றாரே, நேரமாவுதே. நான் யோசனை பண்ணிட்டிருந்தேன் நீங்களும் வந்தீங்க, ஆனால் இவர்கிட்டே எனக்கு இது ஒண்ணும் அதிசயமில்லீங்க. இவரு இப்படி ஏதாவது சூசனையா சொல்வாரு சொல்றபடியே நடக்கும்."

இவர்களிடம் எனக்கு அச்சமாயிருந்தது. பேச்சைமாற்ற, "குழந்தைகள் எல்லாரும் தூங்கி விட்டார்களா?" என்று கேட்டேன்.

"கொளந்தைகளா?" அவள் கணீரென்று சிரித்தாள் "கடவுள் எண்ணம் வெக்கலீங்க. ஆனால் நாங்கள் அதைப் பத்திக் கவலைப்படல்லீங்க. இவர்தான் எனக்குக் கொளந்தை. நான்தான் அவருக்குக் கொளந்தை. எழுந்துரட்டுங்களா? நேரமும் ஆவுது சரி, போய் வாங்க..?"

கையும் பிடியுமாய் அகப்பட்டும், மன்னிக்கப்பட்ட திருடன் போல் நான் அவ்விடம் விட்டு அகன்றேன்.

சோதிப்பவன்தான் உண்மையில் சோதிக்கப்படுபவனும்.

*

இவளை எங்கோ பார்த்த மாதிரி நினைவில் ஏதோ இடறுகிறது. ஆனால் நிச்சயமாய் இவளை நான் இதற்கு முன் பார்த்ததில்லை. பார்த்திருக்கவே முடியாது.

இவர்கள் மூவர் மேலும் புரியாத சோகச்சாயை படர்ந்திருக்கிறது. இவர்களைப் பார்க்கும் போதெல்லாம் ஏதோ நல்ல கவிதையைப் படித்தபின் நெஞ்சில் அதன் வண்டலாய்த் தங்கும் கிலேசம் இறங்குகிறது. குளிர் தாங்காது ஒன்றுடன் ஒன்று ஒடுங்கிக்கொள்ளும் சிட்டுக்குருவி ஜோடியை நினைவூட்டுகின்றனர்.

இவள் எவ்வளவு சிறுகூடாய் இருக்கின்றாள்! இவ்வளவு குறுகிய வயிறு எப்படிச் சேகரின் கருவைத் தன்னில் அடக்கிச் சுமந்தது?

இது எவ்வளவு முட்டாள்தனமான கேள்வி! சுமந்துதானே சேகர் உருவாகி வெளிவந்து பம்பரம் விளையாடுகிறான். தவிர இது என் கவலையா? இது எண்ணத்தின் அக்கப்போரன்றி வேறு என்ன?

அவர்கள் வீட்டில் செய்யும் பலகாரங்கள் ஏன் சில சமயங்கள் அவள் கணவன் வாங்கி வரும் பொட்டலங்களில் கூடப் பங்கு பையன் மூலம் வரும்.

மறுக்கவும் முடியவில்லை. ஒரு தடவை திருப்பியனுப்பியதற்கு அவளே நேரே வந்துவிட்டாள்.

"ஏன் நான் கொடுத்து நீங்கள் வாங்கிக்கக்கூடாதா?" இதற்கென்ன பதில் சொல்ல முடியும்? தட்டை ஜன்னலில் வைத்துவிட்டுச் சென்றாள்.

இன்னொரு சமயம் 'தலைவலி' உடல் சுகமில்லை, என்று தட்டிக் கழிக்க முயன்றேன். அவ்வளவுதான். ஏன் சொன்னேன் என்று ஆகி விட்டது. உடனே மாத்திரை, வெந்நீர், கஷாயம், மிளகுரசம் என்று எதை எதையோ தூக்கிக்கொண்டு இருவருமே வந்துவிட்டனர். அந்தப் பொய்யிலிருந்து கௌரவமாய்த் தப்புவதே பெரும்பாடாய்ப் போய்விட்டது.

சிறுமீன் போட்டுப் பெருமீன் பிடிக்கிறார்களோ என்று நான் கவலையுறும்படி அவர்கள் என்னிடம் கடன் கேட்கவில்லை. ஒரு தயவையும் எதிர்பார்க்கவில்லை.

மனிதன் எப்பவும் சந்தேகப்ராணி.

ஒன்று இல்லாவிட்டால் ஒன்று ஏதோ ஒரு தாக்ஷண்யச் சுழியில் மாட்டிக்கொண்டு தவிக்கிறோம்.

ஒன்று ஆத்திரத்தில் அழிகிறோம் அல்லது அன்பால் கொலை செய்யப்படுகிறோம்.

இந்தத் தாக்ஷண்யங்களைத் திருப்புவது எப்படி என்று மண்டையைக் குடைந்து கொள்வேன்.

பையனுக்குப் பிஸ்கட் ரோல் வாங்கித் தருவேன்.

ஒரு வெள்ளிக்கிழமை மாலை கதம்பம் வாங்கிக் கொண்டு அவர்கள் வீட்டுள் நுழைந்தேன்.

அவள் மட்டும்தான் இருந்தாள். அவள் கணவன் இன்னும் ஆபீஸிலிருந்து வரவில்லை. பையன் விளையாடப்போய்விட்டான் போலும்.

"வாங்கோ! வாங்கோ!!"

பூப்பந்தை அவளிடம் நீட்டினேன். அவள் கண்கள் விரிந்தன. "எனக்கா?"

"பின்னே என்ன நான் சூட்டிக்கொள்ளவா?"

என்னிடமிருந்து வாங்கிக் கொள்கையில் அவள் கைச் சுண்டுவிரல் என் உள்ளங்கையில் பட்டது. உடல் பூரா

லா.ச.ரா. • 33

ஊடுருவிய ஒரு பரவசத்தில் என் விழிகள் பிதுங்கி என் கையில் விழுந்து விடும்போல் மண்டையில் ஒரு மின்னல்.

இரு கைகளையும் தூக்கிப் பூச்சரத்தைக் கொண்டையில் சரிப்படுத்திக் கொண்டு அவள் நிற்கையில், ஜீராவில் செய்து வைத்த சின்னிப் பொம்மைபோல் எந்த நிமிஷம் கரைந்து விடுவாளோ, கடலில் கரையோரம் நடுங்கும் அலை நுரை போல் சிதறிக் காணாமல் போய்விடுவாளோ என்றுவட ஒரு தினுசான வேதனை முதுகுத்தண்டில் ஏறி இறங்கி நெளிகின்றது. இவள் எப்படிப் போனால் எனக்கென்ன என்று ஏன் இருக்கமாட்டேன் என்கிறது?

*

இன்று ராதை வந்தாள்.

மூன்று மாதங்களுக்குப் பின், முற்றிலும் எதிர்பாராத சமயத்தில், "நான் வரலாமா?" என்று கேட்டுக்கொண்டே திடீரென்று அவள் அப்படித் தோன்றியதும் அவளைப் பார்க்க, சினேக பாவனையில் அவளை வரவேற்க சந்தோஷமாய்க்கூட இருக்கிறது.

"என்ன அப்படிக் கேட்கிறாய்? வா, வா."

"ஆமாம், நம் வீட்டில், நம் வீடாகையால் நம் வீடு என் வீடுகூட. ஆனால் இது உங்கள் இடமாச்சே! இங்கு அனுமதியில்லாமல் நுழையலாமா?"

அவசரமாய்த் தலையணைகளை உதறிவிட்டு ஜமக்காளத்தை விரித்தேன். உட்காருமுன் அவள் கண்கள் அறையின் நாற்புறத்தையும் துழாவின. அவள் மூக்கு நுனி சுருங்கிற்று. என்னையும் ஒருமுறை கண்ணோட்டம் விட்டாள்.

"ஐயாவுக்கு வெளிவாசம் ஒன்றும் வனவாசமாயில்லை, உடம்பு சிவப்பிட்டிருக்கே!"

"நான் அப்போ கறுப்பா என்ன?"

"ஓ! என் கறுப்பை நீங்கள் இப்படி ஞாபகப்படுத்தித் தானாகணுமோ?"

"இல்லை நானா தேடிக்கொண்டதுதானே! இல்லை உனக்குக்கூட கறுப்பு உதிர்ந்துதானிருக்கிறது. இடுப்பில் ஒரு 'டன்லப்' உருவாகிக் கொண்டிருக்கிறதே?"

"ஒண்ணுமில்லே" அவசரமாய் அந்த இடத்தைப் புடவையால் மூடிக்கொண்டாள். "எங்களுக்கே நாற்பது வயதுக்குமேல் அப்படித்தான்."

"நீ கொழுப்பைக் குறைத்துக் கொள்ளவேணும். வீட்டில் தினம் சப்பாத்திக்கிழங்கு நடந்துண்டிருக்கோன்னோ?"

“ஏன் நீங்கள் போய்விட்டால் தினம் வீட்டில் சுட்ட அப்பளமும் கொட்டு ரஸமும் இருந்தால் உங்களுக்குத் தேவலையா?”

பேச்சை மாற்றினேன், “ராதை ஒரு பத்து நிமிஷத்தில் வந்து விடுகிறேன். இங்கேயே இரு. உனக்குப் பிடித்தமான பேப்பர் ரோஸ்ட் மசாலா வாங்கி வருகிறேன்.”

அவள் புன்னகை புரிந்தாள். “விருந்தாளியைக் கவனிக்க வேண்டியது நியாயம்தானே!”

ஆனால் நான் திரும்பி வருவதற்குள் அரை மணிக்கு மேல் ஆகிவிட்டது. நான் வாசலில் நுழைகையிலேயே இரு குரல்கள் கேட்டன.

“என்ன மாமா, மாமி உள்ளூரிலே இருக்காள்னு எனக்கு நீங்கள் ஒரு வார்த்தைகூட சொல்லவில்லையே. நீங்கள் ஓட்டலுக்குப் போய்த்தான் வாங்கி வரணுமா? நீங்கள் வாசலில் இருந்தே குரல் கொடுத்திருந்தால், சேகர் என்னிடம் சொல்லியிருப்பானே!”

“ஏண்டி கல்யாணி! மாமாவைப் பத்தி நானே இன்னும் தெரிஞ்சுக்க வேண்டியதிருக்கு. எனக்குமேல் நீ ஆசைப்படறையே!”

அந்தப் பெண் சட்டென்று ராதை பக்கம் திரும்பினாள். ஆனால் ராதையின் கவனம் முழுவதும் அவள் கைக் காப்பி டம்ளரின் மேல் ஆழ்ந்திருந்தது. (எதிர்வீட்டுக் காப்பிதான் அது. நான்தான் வாங்கி வரவில்லையே! இன்று காலை கைதட்டி கண்ணாடி டம்ளர் உடைந்துவிட்டது.)

“மாமா நாங்கள் கோவிலுக்குப் போகிறோம். நீங்களும் வரேளா? கேட்க வந்தேன். வந்த இடத்தில் மாமியைக் கண்டேன்.”

“ஓ! மாமா இப்போ கோவிலுக்குக்கூடப் போறாரா, தேவலையே!”

“இல்லை, இதுவரை நாங்கள் அழைத்ததில்லை.” கலியாணியின் குரலில் ஏதோ நிழல் படர்ந்தது. “ஏன் நீங்களும் வாங்கோளேன் எல்லோரும் போவோமே!

“எனக்கேது அம்மா அவ்வளவு கொடுப்பனை? மாமா அந்த நாளிலிருந்தே என்னை அழைச்சுண்டு போயிருந்தால் நாங்கள் இப்படியா இருப்போம்! காசியிலிருந்து கதிர்காமம் வரை இதுவரை மூணு ரெளண்டு அடிச்சிருக்க மாட்டேனா? காசிக்கும் எட்டின இடம் ஏதாவது இருக்கா? நீங்கள் சொல்லுங்களேன்?”

“ஏன் இல்லை? கைலாசமேயிருக்கிறதே! ஆனால் அங்கு போனவர் திரும்பி வருவதில்லை” என்றேன். கலியாணி எங்கள் இருவரையும் மாறிமாறிப் பார்த்தாள். “சரி, இன்னிக்கு உங்களுக்கு ஒழியாது என்று தெரிகிறது. நான் வருகிறேன்” என்று எழுந்தாள்.

எதிர்வீட்டுள் அவள் கட்டுள் அவள் மறையும்வரை ராதை அந்தத் திக்கையே பார்த்துக் கொண்டிருந்தாள்.

“எத்தனை நாளாக இந்த ஸ்வீகாரம்!”

“எனக்குத் தெரியாது. நீ சொல்லித்தான் தெரியணும். அவள் பேரே இப்போத்தான் எனக்குத் தெரியும், அதுவும் உன் மூலமா...?”

“இது இன்னொரு stunt ஆக்கும்!” திடீரென்று தலையிலடித்துக் கொண்டாள். “ஐய, இந்த ஆண்களுடைய சபலமே! நன்னா நெற்றிக் கண்ணைத் திறவுங்கள். எனக்குப் பழகின கண்தானே! இப்படியெல்லாம் சௌகரியமாய் இருக்கணும்னுதானே இங்கு ரூம் எடுத்துண்டிருக்கேள். எனக்கு நீங்கள் எந்தச் சமாதானமும் சொல்லத் தேவையில்லை. நீங்கள் சொன்னாலும் நான் கேட்டுக்க அவசியமில்லை. நீங்கள் என்ன சொல்வேள் என்பதும் எனக்குத் தெரியும். “பெண் மாதிரி என்பேள். பெற்றால்தான் பெண்ணா என்பேள். ஆனால் ஒண்ணு சொல்றேன், இது எல்லாத்துக்கும் அடிப்படை ஒன்றுதான். அதில் தான் இதெல்லாம் போய் முடியும்.”

“எதில்?”

“சபலம்.”

“Bore!”

“ஒப்புக்கொள்கிறேன். நான் வந்த காரியத்தைப் பேசலாமா?”

“ஓ! பிஸினெஸ் மேல் தான் வந்திருக்கிறாயா?”

“பின் நம்மிடையில் இனி வேறே என்ன இருக்கு? இந்த மாதம் முன்னூறு ரூபாய் கூட வேணும்.”

எனக்குச் சிரிப்பு வந்துவிட்டது.

“இந்த மாதமா? இந்த மாதத்திலிருந்தா?”

“அதுவும் சம்மதம்தான்.”

“என் சம்பளம். ராஜூ சம்பளம் இரண்டு வந்தும் போதவில்லையாக்கும்!”

“நீங்கள் என்னவோ தலையைக் கொய்து என் கையில் கொடுத்துவிட்டதாய் எண்ணிண்டிருக்கலாம். ஆனால் குடும்பம்

பிரம்ம கபாலயிருக்கே! உங்கள் தலையை நீங்கள்தான் நிரப்பியாகணும்."

"என் தலை முன்னூறு ரூபாய் கேட்கிறதா?"

"தலை பெரிய தலையாச்சே! அதுவும் ஆறுமாதங்களுக்கு ஒரு தடவை வெட்டிக்கிற தலை எப்படியிருக்கும்!"

"மட்டை உரிக்காத தேங்காய் மாதிரி, சிங்கத்தலை"

"இவ்வளவு பெரிய தொகைக்குத் திடீர்னு எங்கே போவேன்!"

"என்னைக் கேட்டால்? விஜிக்கு இன்னும் பத்துநாளில் பிறந்த நாள் வருது."

எனக்கு எரிச்சலாய் வந்தது.

"என் இறந்த நாள் வந்தால் இன்ஷூரன்ஸ் பணம் வரும்"

"வரலாம் அது என்னிக்கோ? அதுவும்? அதுக்குள் நீங்கள் வேறு யாருக்காவது எழுதி வைக்காமல் இருந்தால், நீங்கள் தான் உறவு மனுஷாளை விட்டுட்டு, புதுசு புதுசா உறவு பிடிக்கறேளே? சரி நான் வரேன். விஜி என்னைத் தேட ஆரம்பிச்சுடுவான். இன்னும் இரண்டு நாள் கழிச்சு ராஜூவை ஆபீசுக்கு அனுப்பறேன்."

அவள் போன பின்னரும் நான் உட்கார்ந்த இடத்தை விட்டு எழாமல் எந்நேரமாயிற்றோ? என்ன யோசனையிலிருந்தேன் என்று கூடத் திட்டமாய்த் தெரியவில்லை. ஆகையால் திடீரென ஒளி வெள்ளம் என்னைச் சூழ்ந்து கண்ணைப் பறித்ததும் கண்களைப் பொத்திக் கொண்டேன்.

"ஓ! I am sorry, உங்களை disturb பண்றேனா?"

நான் விழித்ததும் கலியாணியின் கணவன் வாசற்படியில் நின்று கொண்டிருந்தான்.

"நான் உங்களோடு கொஞ்சம் பேசலாமா?"

"இன்று என் ராசி என்ன ராசியோ?"

இப்பத்தான் ஒருத்தி பேசிவிட்டுப் போனாள்.

"வா அப்பா, உட்காரு என்ன விசேஷம்?"

அவன் முகம் சுண்டியிருந்தது.

"எனக்கு மாற்றலாகியிருக்குது. ஸார். இன்னும் ஒரு வாரத்தில் கிளம்பியாகணும்."

"ஓ!" எனக்கு மார் லேசாக வலித்ததோ? அப்போ இனிமேல்.

ராதை எச்சரித்தது அப்போ சரிதானா?

"பணம் ஏதாவது முடையா?" என்று கேட்டேன்.

"No, no, no!" அவன் சிரிப்பின் அழுகையிலும் துக்கம் தொனித்தது.

"I am sorry."

"நான் இப்போ மாறிப்போற இடமும் காயமில்லை. மறுபடியும் நாலு மாதத்துக்கெல்லாம் தூக்கிடுவாங்க. இந்தக் குருவிக்காரன் புளைப்பிலே இவளையும் பையனையும் கூட எப்படிக் கட்டி இளுத்துக்கிட்டுப் போறது? இவளைப் பிறந்த வீட்டுலே விட்டுடப்போறேன்" நான் ஒன்றும் பேசவில்லை. நான் பேச என்ன இருக்கிறது?

"அதுவும் தூரதேசமாப் போச்சு. அவருக்கு second wife. அந்தக் குழந்தை குட்டி வேறே. அதனாலே அவங்களையும் நான் குத்தம் சொல்ல முடியாது. ரொம்ப நாளா touch விட்டுப்போச்சு இல்லையா? இருந்தாலும் எனக்கு வேறே வழி என்ன இருக்குது? சொல்லுங்க"

சற்று நேரம் எங்களிடையில் பேச்சு எழவில்லை.

நான் காத்திருந்தேன்.

"ஸார், கலியாணி மூணுமாதமா ஸ்னானம் பண்ணல்லே"

பிறகு வார்த்தைகள் மளமளவெனக் கொட்டின.

"எனக்கு இதுதான் பெரிய Worry. முதல் பிரசவமே ரொம்பக் கஷ்டமாப் போச்சு. வவுவத்தைக் கிழிச்சுதான் எடுத்தாங்க. அப்பவே வீக்காப் போயிட்டா. Compilications வேறே. புளைச்சதே புனர்ஜன்மம். மறுபடியும் கருத்தரிச்சு அதுவும் ஸிஸரீயன் ஆச்சுண்ணா ஆளுக்கே டேஞ்சர்னு doctors சொல்லிட்டாங்க. என் wife பாக்கறதுகு என்னவோ ஆளாயிருக்கா. ஆனால் ரொம்ப weak. இதோ அவளைக் கொண்டுபோய் அவள் வீட்டில் விட்டப்புறம் எப்போ பாக்கப் போறேனோ? இது நிச்சயமானதிலிருந்தே மனசு சரியாயில்லே. உங்க கிட்டேயாவது சொல்லிக்கலாம்னு வந்தேன்."

நான் ஊமையானேன்.

எல்லோரும் தங்கள் கஷ்டங்களைச் சொல்லிக் கொள்ளத் தானே கடவுளைக் கல்லாக்கிக் கோவிலில் வைத்திருக்கிறது. கோயில் அமைதியின் இருப்பிடம் என்று கொள்பவர் கொள்ளட்டும். ஆனால் நான் அறிந்த மட்டில் ஆலயம் ஒரு துயரச்சந்தை.

அவன் போன பின்னரும் நான் இருந்த இடத்தை விட்டு நகரவில்லை. எனக்கு இப்போது புரிந்தது இந்தக் குடும்பத்தைச் சுற்றிக் கட்டிய சோக ரேகை, மயிரிழையில் கட்டித் தலைக்குமேல் தொங்கும் கத்தியின்கீழ், இரண்டாவது

கர்ப்பப் பயங்கரத்தை நெஞ்சில் வைத்துக்கொண்டே வளையவரும் இவர்கள் வாழ்க்கை. ஸ்மரித்த பயம் தரிசனமும் ஆகிவிட்டபின் இவர்களுக்கு விமோசனம் ஏது? சின்னக் குழந்தைகளின் சொப்பு விளையாட்டுப்போல் ஆகிவிட்டது இவர்கள் குடித்தனம்.

ரயிலடிக்கு வழியனுப்ப நான் சென்றேன். இவர்களுக்குக் கிடைசியாக நான் காட்டக்கூடிய தாக்ஷண்யம் இதுதானே!

அன்றைக்கென்று, ஆபீஸ் வேலை முடியும் தறுவாயில் எதிர்பாராத அவசர ஜோலி ஆகையால், நான் ப்ளாட்பாரத்தில் நுழையும்போதே முதல் மணி அடித்துவிட்டது. பிறகு அவர்கள் ஏறிய பெட்டியைக் கண்டுபிடிக்கச் சற்று நேரம். இப்படித்தானே சிறுகச் சிறுகச் சில விஷயங்கள் சில நேரங்கள் நம் உயிரை உறிஞ்சி விடுகின்றன.

"உங்களைப் பார்ப்போம் என்ற நம்பிக்கையையே விட்டுட்டோம்"

"..."

"ஞாபகம் வெச்சிக்கோங்க, போய்ச் சேர்ந்ததும் எழுதறேன்."

"அவசியமாய்' என்றேன், சேகர் முதுகைத் தட்டிக் கொண்டே ஏதோ இவன் கடிதத்திற்கு நான் தவறாமல் பதில் போட்டு விடுகிறாப்போல்.

சேகருக்கு என் நினைப்பு அதிகம் இருப்பதாய்த் தெரியல்லே. அவன் இப்போது ரயில் சந்தோஷத்திலிருந்தான்.

அவள் ஒன்றும் பேசவில்லை. என்னையே வெறித்துப் பார்த்துக் கொண்டிருந்தாள். எப்போதைக் காட்டிலும் வெளுப்பாய் விளக்கு வெளிச்சத்தில் காட்டிய அவள் நெற்றியில் பெரிய குங்குமப்பொட்டு, பேசத்தவிக்கும் வாய் போன்று தன் உயிர் கொண்டு திகழ்ந்தது.

வண்டி நகர்ந்தது. கூட நான் நடந்தேன்.

திடீரென அவ்விழிகளினின்று கண்ணீர் புரண்டது. அதன் உதிர்களைத் துடைக்கக்கூட முற்படவில்லை. அவளிடம் செயல் இல்லை.

"இவ்வளவு இளகின மனதாயிருந்தால் உலகில் எப்படி வளைய வரது?" அவளைத்தேற்றும் முறையில் கேலி பண்ணினேன். பார்க்கப்போனால் நம் பழக்கம் இந்த மூனு மாஸமாத்தானே! இத்தனைக் கண்ணீரும் எனக்கா?"

"இல்லை. உங்களைப் பார்க்கும் போதெல்லாம் எனக்கு என் அம்மா நினைப்பு வரது அவளுக்காகவும் கூட என்று வெச்சிக்கோங்களேன்."

"ஏன், உன் தாயார் என் முகஜாடையாயிருப்பாளா?"

"கொஞ்சம் கூட இல்லை"

"பின்னே?"

"அதுதான் எனக்குப் புரியவில்லை. ஆனால் உங்களைப் பார்த்தால் அம்மா நினைப்பு வரது."

வண்டி வேகம் எடுத்துவிட்டது.

"உன் அம்மா யார் மாதிரி இருப்பாள்?"

"என் தாய் என் ஜாடை தான்."

எங்கோ டெலிபோன் மணி அடித்தது. ஸ்டேஷன் மாஸ்டர் அறையில் இருக்கலாம்.

"உன் அம்மா பேர் என்ன?"

அவள் திடீரென புன்னகை புரிந்ததால், நனைந்த கன்னங்களின் மேல் அதன் ஒளி படருகையில் அவளிடம் ஏதோ அமானுஷ்யம் மிளிர்ந்தது.

"அம்மாவின் சொந்தப் பேர் ஒண்ணு. ஆனால் அவள் தனக்கு வெச்சுண்ட பேர் வேறு ஏதோ, புது மாதிரி. அவள் பேர்"

அவள் சொன்னது இஞ்சினின் பெருமூச்சில் கேட்க வில்லை. வண்டியுடன் நான் ஓடினேன்.

"உன் தாயார் பேர் என்ன?" என்று கத்தினேன். அவளும் உரக்கக் கூவினாள்.

"ஸுநாதனி"

அந்தத் தருணமே இஞ்சினின் ஊதல் காதைக் கிழித்துக்கொண்டு கிளம்பிற்று. செவிகளைப் பொத்திய படி நின்றவிடத்தில் நின்று விட்டேன். ரயில் என்னைத் தாண்டி இருளில் மறைந்தது.

இப்பொழுது புரிந்தது. இவளை முன்பின் பாராமலே இவளை எங்கோ பார்த்தாற்போல் இவள் நினைவு நெஞ் சில் இடறும் மர்மம். தாயின் குரலின் சாயை பெண்ணிற்கும் கொஞ்சம் அடித்தது.

ஸுநாதனி.

ஸ்டேஷன் மாஸ்டரின் அறையில் டெலிபோன் மணியடித்தது.

ஆனால் அங்கு மட்டுமல்ல.

நினைவின் தேன் கூட்டில் வருடங்களின் மிதிகாலடியில் புதைந்துபோன ஏதோ ஒரு பாதாள அறையிலிருந்து மணி ஒலி கேட்கிறது.

40 ♦ ஹவி

ஸுநாதனி என்னைக் கூப்பிடுகிறாள்.

*

என் பேரிஷ்டம் என் அறையின் தனி விசேஷம் அதன் முழு இருட்டு. ஜன்னலின் பொருத்தம் காற்றுக்குப் பங்கமிலாது தெரு வெளிச்சம் துளிகூட உள் விழாது. என் உடலேனும் எனக்கிலாத நிலையை உயிரோடு இருள் மூலமேனும் பாவனையில் ருசிக்க என் அறை எனக்கு ஒரு வழி.

இம்முறையில் இருளே உன்னை ஒரு வழியில் புரிந்துகொண்டது சரியோ என எனக்கு நீ சொல்.

இல்லை, நீ சொல்லமாட்டாய். நான் எனக்குச் சொல்லிக் கொள்வதே நீ எனக்குச் சொல்வதுதான். நீ சொல்லமாட்டாய். இமையா உன் விழிகொண்ட உன் விலங்கு விழிப்புத்தான் உன் விளக்கம்.

அகன்ற சிறகுகளை விரித்து நீ என் மார்மேல் இறங்குவது உணர்கிறேன். உன் கழுகுக்கால்கள் என்னைக் கவ்வுகின்றன. பிறகு என்னை எங்கு எடுத்துச் செல்கிறாய்?

இச்சமயம் நான் உன் குஞ்சா? உன் இரையா? ஏனெனில் உன் குஞ்சும் உன் இரையும் உனக்கு ஒன்று தான். எதையும் விழுங்குவது உன் தன்மை ஒன்று என்பதே உன் ஒரே குணம்; ஆகையால் அருங்குணம்.

நீ என்னைத் தின்ற விளைவாய் நான் என்னை இழந்து உன் ஒன்றில் ஒன்றி ஒன்றானேன்.

ஆனால் ஒன்று:

என்னை நீ தின்றதும் உன் வயிற்றில் தங்கியிருந்தேனெனில் நீ என்னை ஜீரணித்திருப்பாய். அப்போது உனக்கு நான் இரையானேன் என்று பொருள் கண்டேன்.

உன் வயிற்றில் தங்காது அங்கிருந்து நேரே உன் விழிக்கு வந்து அங்கு அமர்ந்து அண்டங்களை அதண்டமாய் உன் வாயில் கவ்வி, ஏந்திய வண்ணம் காக்கும் உன் காவலில் உன்னையும் நின்ற உன் குஞ்சானேன்.

இச்சமயம் உன்னோடு காலத்தையும் விழுங்கினேன்.

சென்று போனதற்கும் வந்து நிற்பதற்கும் வரப்போவதற்கும்.

இலக்கணமான அதனதன் சமயமுமாகும் அம்சம். நீயலால் எனக்கு ஏது தரும்? I love you.

*

அது அந்த நாள்.

ஆபீஸில் எனக்கென்று ஒரு அறை, திரும்பும் நாற்காலி, டென்னிஸ்கோர்ட் போன்ற மேசை, தனி டெலிபோன் ஆபீஸர் பதவிக்கு உயர்ந்த புது முறுக்கு, இன்னும் வாழ்க்கையில் நம்பிக்கை ஆட்டம் கொடுக்காத நாள்.

எல்லாம் ராஜு பிறந்த ராசி என்று ராதை வருவோர் போவோரிடம் பெருமையடித்துக் கொள்கிறாள். அப்பவே என் தகுதிக்கு என் உரிமைக்கூட என்னிடமிருந்து ராஜுவில் பிறந்த ராசி மூலம் பறிக்க ஆரம்பித்தாகிவிட்டது! ஆனால் அப்போது அப்படிப்படுகிறதா? நானும் அந்தப் பெருமையில் கலந்து கொள்கிறேன்.

மாலை ஆபீஸிலிருந்து வந்ததும், ராதை ஒரு மூட்டையை ஏந்தி வந்து என் கையில் திணிக்கிறாள். ஸோப்பு நுரைபோல் குழந்தையின் பால் சதை என் மேல் வாய்வரை எழும்பி, என் அணைத்த கைகளை நிறைத்து வழிகின்றது.

"நாம் மூணுபேரும் சேர்ந்து எப்போ போட்டோ எடுத்துக்கறது?" என் முகத்துள் அண்ணாந்து பார்க்கும் ராதை முகமே ஆப்பிள் மாதிரிதான் இருக்கிறது.

சில நாட்களாகவே தொடர்ந்து நேர்ந்து கொண்டிருக்கும் இந்தச்சடங்கு எனக்கு இன்னும் அலுக்கவில்லை. ஆனால் ராதையின் ஆசையை நிறைவேற்ற எனக்கு இன்னும் நேரம் கிடைக்கவில்லை. இன்றேனும் வீடு சேர்ந்ததும் ஒரு டாக்ஸியை அமர்த்திக் கொண்டு

டெலிபோன் மணி அடித்தது.

"ஹல்லோ?"

"யார், மிஸ்டர் ஸாலிக்ராம்?" பெண் குரல்.

"Speaking"

அந்தப் பக்கத்திலிருந்து நீண்ட பெருமூச்செழுந்தது.

"மிஸ்டர் ஸாலிக்ராம். Excuse me, நீங்கள் ரொம்ப வேலையாயிருக்கிறீர்களா? Am I disturbing you?"

"அப்படியொன்றுமில்லை. இன்னும் பத்து நிமிடங்களில் வீட்டுக்குக் கிளம்ப வேண்டியதுதான்."

"அப்போ, இந்தப் பத்து நிமிஷங்களும் நமக்கே சொந்தம் தானே!"

"நீங்கள் யார் என்று தெரியவில்லையே!"

"ஆ!" கண்ணடி டம்ளர் அடியில் உருளும் கரையாத ஐஸ்கட்டி போல் அடக்கிய அவுட்டுச் சிரிப்பு.

"என்னை உங்களுக்குத் தெரியாது. ஆனால் உங்களை எனக்கு நன்றாய்த் தெரியும். உங்களுடன் பேசுவதற்கு ஏறக்குறைய மூணு மாதங்களாய் என் மனத்தைத் திடம் பண்ணிக்கொண்டிருக்கிறேன் என்றால் நீங்கள் நம்புவீர்களா? நீங்கள் நம்பினால், நம்பாவிட்டால் எனக்கென்ன? என்னைப் பற்றிச் சொல்லிக்கொள்கையில் எனக்கு நான் தானே சாக்ஷி! ஆனால் தன்னிலும் பெரிய சாக்ஷி ஏது?"

""

"ஹல்லோ! ஹல்லோ!"

"Yes?"

"ஓ இருக்கிறீர்களா? சந்தடியே காணோமே, line கட் ஆகிவிட்டதோ என்று பார்த்தேன்."

"இல்லை யோசனை பண்ணிக் கொண்டிருக்கிறேன். இவ்வளவு ருசியாய்ப் பேசத் தெரிந்தவர்களில் எனக்குத் தெரிந்தவர் யார்?"

"நான் சொல்லப் போவதில்லை.

"ஏன்?"

"நான் யார் என்று யோசித்துக் கொண்டிருக்க, உங்களுக்கு இன்றிரவு பூரா, ஏன், இன்றிரவிலிருந்தே உங்கள் ஆயுசு பூரா நேரம் இருக்கிறது. உங்களை ஒரு தயவு கேட்கிறேன். என்னை யாரென்று அறிய நீங்கள் முற்பட வேண்டாம். மிஸ்டர் ஸாலிக்ராம் – உங்கள் பெயர் எவ்வளவு அழகாயிருக்கிறது! நீங்கள் என்னை வெட்கம் கெட்டவன் என்றுதானே நினைக்கிறீர்கள்?"

"இல்லை! இல்லை!!"

அந்தப் பக்கத்திலிருந்து பெருமூச்செழுந்து என்மேல் சுழன்று விளையாடிற்று.

"நீங்கள்–"

"என்னை 'நீங்கள்' என்காதீர்கள்."

"நீ என்னோடு பேசலாம், என்னைப் பார்க்கலாகாதா?"

"நான் உங்களைப் பார்க்காதிருக்கிறேனே!"

"நான் உன்னைப் பார்க்கலாகாதா?"

"நான் அந்தக் கட்டத்தை விரும்பவில்லை."

"ஏன்?"

"பார்த்த முகமே புளித்த முகம்தான்."

"நான் இன்னும் உன்னைப் பார்த்ததில்லையே!"

“ஒரு தரம் பார்த்தாலும், பார்த்த பின், பார்த்தமுகம் தானே! கண்டதைக் கண்டபின், அப்படிக் கண்டதாலேயே அதைக் காணாத முன் கற்பனையில் விளங்கிக் கொண்டிருந்த அதன் கற்பு நிலை சிதைந்து விடுகிறது என்று சொல்வேன். ஆகையால் நீங்கள் என்னைப் பார்க்க நான் விடப்போவதில்லை.”

“இது ஒரு அனாவசியமான சீண்டல் இல்லையா?”

“உங்களுக்கு அப்படிப்படலாம். ஆனால் என் அருபத்தை என்னால் இப்படித்தான் சாதிக்க முடியும் – சரி இன்று இது போதும். நாளை பேசுவோம்.’

நான் படபடவெனத் தட்டினேன். ஆனால் தொடர்பு அறுந்தாகிவிட்டது.

யார் இவன்?

நாளை பேசுவாளா?

*

இன்று மாலை நாலரை மணியிலிருந்தே இருப்புக் கொள்ளவில்லை. என் வேலைகளைச் சுருக்கவே முடித்துக் கொண்டுவிட்டேன்.

இந்த முள் ஏன் நகரமாட்டேன் என்கிறது? அவள் டெலிபோன் பண்ணுகிறேன் என்று சொன்னால் பண்ணுவாள் என்று நிச்சயமா? அவசியமா? சீ எனக்கு ஏன் இந்த அல்ப ஆசை. இன்னும் பத்து நிமிடங்கள் ஆனதுமே will get out. இன்றைக்கு நிச்சயமாய் குழந்தையைப் போட்டோ எடுத்

டெலிபோன் மணியில் தனி கணீர். பதறி எடுத்தேன்.

“Hello!”

“ஓ, நீயா?” அவள் குரலைக் கேட்டதுமே எனக்கேன் இவ்வளவு மகிழ்ச்சி?

‘ஏன், வேறு யாரையேனும் எதிர்பார்த்துக் கொண்டிருந்தீர்களா? போனை கீழே வைத்து விடட்டுமா?”

“இல்லை இல்லை. Don’t cut the line please-please!!”

சும்மாச் சொன்னேன். இந்த வேளைக்கு நானும் தானே காத்துக் கொண்டிருக்கிறேன்!”

எனக்குத் தொண்டையை அடைத்தது.

“Hello!”

“இங்கேயேதான் இருக்கிறேன் உன் பேர் என்ன?

“என் பெயருக்கேன் ஆசைப்படுகிறீர்கள்? ‘நீயும் நானும்‘ எனும் உறவுக்குமேல் பெயர்கள் பெரிதா?”

"இது என்ன வேதாந்தமா, விரக்தியா? இப்படிப் பேசிக்கொண்டே போனால் இதற்கு முடிவேது?"

"ஆம், அலுப்பற்ற விஷயத்தின் முடிவற்ற விளிம்பில் நாம் நின்று கொண்டிருக்கிறோம்."

Please, உன் பெயர் என்ன?

"என் பெயர் என்னவென்று சொல்லலாம்? ஸீதா, லக்ஷ்மி, ராமசுப்பி, வாலாம்பாள் இந்த மாதிரி ஏதேனும் சொல்லவா?..

"Please உன் பெயர் என்ன?

"இருங்கள் என் பெயர் – என் பெயர் ஸுநாதனி."

"ஸுநாதனி?"

"இது எனக்கு இட்ட பேர் இல்லை என்று ஒப்புக் கொள்கிறேன். ஆனால் இச்சமயத்திற்கேற்ற பெயர் என்று உங்களுக்குத் தோன்றவில்லை.

"ஸுநாதனி, உன்னிஷ்டம்."

"உங்கள் உச்சரிப்பில் என் பெயருக்கு உருவேறுவது எனக்கு இங்கே தெரிகிறது."

"ஸுநாதனி, உன்னால் எப்படி இவ்வளவு அற்புதமாய்ப் பேச முடிகிறது?"

"கேட்பவருக்கும் கேட்பதற்கேற்ற படியும் தான் பேச்சும் வரும். உங்கள் மௌனம் என் பேச்சிற்கு உரைகள், உங்களுடன் பேசுவதே நான் உரமேறத்தானே."

"என்ன சுயநலம்!"

"சுயநலமில்லாவிடில் உங்களைத் தேடி ஏன் பேசுகிறேன்!"

"என்னிடம் அப்படி என்ன கண்டுவிட்டாய்?"

"அப்படிக் காரணங்கள் கேட்டாலும் எனக்கு சொல்லத் தெரியவில்லை. மூன்று மாதங்களுக்கு முன் உங்கள் வீட்டு மொட்டை மாடியில் மாலையில் நீங்கள் உங்களுக்கே பாடிக் கொண்டிருப்பதை நான் பின் தெருவில் என் வீட்டு மொட்டை மாடியிலிருந்து கேட்டேன். கண்டேன். இந்த அடையாளத்தை வைத்துக்கொண்டு என்னைத் தேடினால் நான் அகப்படமாட்டேன். நாங்கள் அந்த இடத்தைக் காலி பண்ணிவிட்டோம்."

"My god! உனக்கு என்னைப்பற்றி என்ன தெரியும்?"

"நீங்கள் கலியாணமானவர், உங்களுக்குச் சமீபத்தில் குழந்தை பிறந்திருக்கிறது.

"இந்தத் தகவல்கள், நாம் ஒருவரையொருவர் பார்த்துக் கொள்ளாமலே பேசிக்கொண்டிருக்க, நீ எனக்கு வகுத்த யோக்யதைகளா?"

"இல்லை, நம் பேச்சின் உறவு அதன் வரம்பு மீறாமலிருக்க அத்துக்கள்.

"ஸுநாதனி, எத்தனை நாள் இப்படியே ஓடும்?"

"இன்றைக்கு இரண்டாம் நாள்"

"இந்த விக்ரமாதித்தன் சிம்மாஸனத்திற்கு இம்மாதிரி இன்னும் எத்தனை படிகள்?"

"உங்களுக்கு அலுப்பு வரும்படிப் பேசிக்கொண்டிருக்க மாட்டேன்."

"இது சிறு பிள்ளைத்தனமாய் இருக்கிறது. நாம் இன்னும் சொப்புவைத்தா விளையாடிக் கொண்டிருக்கிறோம்?"

"உங்களுக்குக் கோபம் வருகிறது. ஆண்களே இப்படித்தான். நான்நான் இவ்வளவு தைரியமாய், வெட்கம் கெட்டு, எங்கள் முன்னிலையில் பேசமுடியுமா? என்னதான் வெளிச்ச மாயிருந்தாலும், ஆண் பார்வை என்மேல் படுகையில், கூச்சம் குறுக்கிட்டு விடாதா? ஆத்ம நிர்வாணத்தைப் புலன்களால் புரிந்துகொள்ள முடியாது அதையும் உடலின் ஆடையுரிப்பாய்த்தான் கண்ணுக்குக் காணத் தெரியும்."

"வெட்கம் கெட்டதாய்த்தான் மனத்திற்கு நினைக்க முடியும்."

"எனக்கென்னவோ இந்த நிலையில் பொய்ம்மை தான் தெரிகிறது."

"உண்மையும் பொய் போலும்மே பொய்போலிம்மே. நானும் ஏதோ ஒரு யோசனைதான் நடத்துகிறேன்."

"ஒரு வழியாகச் சொல், நீ விரும்புவதுதான் என்ன?"

"உங்கள் நினைவில் என் குரல் சதா ஒலித்துக் கொண்டிருக்க விரும்புகிறேன். அந்த ஒலியின் தூண்டலாக உங்கள் எண்ணத்தில் எழும் உருவில். உங்கள் நெஞ்சின் ஓமகுண்டத்தில் அழிவற்ற இளமையில், ஜ்வலித்துக் கொண்டிருக்க விரும்புகிறேன்."

"எனக்குப் பிடரி சிலிர்த்தது."

"என்ன குரூரமான ஆசை, எதிராளியின் வேதனை பற்றி நீ கொஞ்சமாவது நினைத்தாயோ?"

"வாழ்க்கையின் எந்த மகத்தான சம்பவத்தில் குரூரம் இல்லை? உயிர் பிறக்கையில் தாய்க்கு இரக்கம் பார்க்கிறதா, பார்க்க முடியுமா? அதேபோல் உயிர் பிரிகையிலும் உடலின் வேதனையை

அனுசரிக்கிறதா? இப்போது நம்மில் நேர்ந்து கொண்டிருப்பது என்னென்று நினைக்கிறீர்கள்? நம் முதுகுகளைப் பிளந்து கொண்டு நாம் புதிதாய்ப் புறப்பட்டுக் கொண்டிருக்கிறோம் சாகாவரம் அடைவது பின் எப்படி?"

Line cut-

அவள் பேச்சின் வேகத்தில், அந்தக் குரலில் கக்கிய ஆவியில் டெலிபோன் புகையாததுதான் ஆச்சரியம்.

என் நெஞ்சில்

குபீர்.

ஜ்வாலையில் குங்கிலியம் கமழ்ந்தது.

தலையை இருகைகளிலும் பிடித்துக்கொண்டு நான் உட்கார்ந்திருந்தது இன்னும் நினைவிருக்கிறது.

மணி 450, 455, 457, 458

இன்னும் டெலிபோன் மௌனமாய்த் தானிருக்கிறது. இவளை இந்த நேரத்திற்கு எதிர்பார்க்கப் பழக்கிவிட்டேன். என்பதை உணருகையில் எனக்குக் கடுங்கோபம் வந்தது. இன்று நான் தீர்த்துச் சொல்லிவிடப் போகிறேன். உன் கைம்பொம்மையாக இருக்க நான் விரும்பவில்லை என்று

டெலிபோன் அலறிற்று.

எடுக்கலாமா வேண்டாமா? எடுக்கலாமா வேண்டாமா?

இவள் குரல் ஒலி என்னை எங்கே கொண்டு போய் விடும்?

இவளிஷ்டப்படியே நான் ஆடினால் என்னைப் பைத்தியம் பிடிக்க அடித்து விடுவாளோ?

என் நெற்றியில் வேர்வை அரும்பிற்று இன்று பல்லைக்கடித்துக் கொண்டிருந்தாலும் நாளைக்கு மோஹினிப் பிசாசு போல் தொடருவாள். இந்த வேளைக்குப் பதில், எதிர்பாராத வேளையில் பேசுவாள்.

நான் டெலிபோனை எடுக்கையில் முற்றிலும் என் வசத்தில் இல்லை.

"Hello!"

"மிஸ்டர் சாலிக்ராம். நாளைக்கு எனக்குக் கல்யாணம். விடைபெற்றுக் கொள்கிறேன்."

மீண்டும் அந்த மறக்கமுடியாத வெற்றிச்சிரிப்பு.

டெலிபோனை அந்தப்பக்கம் வைத்தாயிற்று.

மூன்றுநாள் சோறு தொண்டையில் விக்கிற்று. பித்து பிடித்தாற்போல் வளைய வந்தேன்.

ஸுநாதனி.

*

மணி அடிக்கிறது.

நினைவு மீண்டுவிட்டாலும் ஸூநாதனியின் அழைப்பு இல்லை என்று தெளிய நேரம் பிடிக்கிறது.

எங்கோ கடியாரத்தின் அலாரம்.

கண்ணைக் கசக்கிக்கொள்கிறேன். விழிகள் நனைந்திருக்கின்றன.

*

நான் கண் விழித்ததும் இவ்வுலகத்தை சிருஷ்டிக்கிறேன்.

நான் தூக்கத்தில் அயர்கையில், என் சிருஷ்டியாகிய இவ்வுலகம் என் இமைகளின் குவிப்புள் ஒடுங்கி விடுகின்றது.

சாவில் இவ்வுலகத்தை அழித்து, என் சடலத்தையும் சுழற்றிவிட்டு, பிரக்ஞையில் புகுந்து யோக நித்ரையில் ஆழ்ந்து வீடுவேன்.

என் கண்ணில் இமையுள், விழிப்பின் முதல் உணர்வாய்க் கவிந்த இருளின் முழுவே உனக்கு அஞ்சலி. உதயத்தின் முற்பொருள் நீ, உனக்கு அழிவில்லை.

ராக் விளம்பித் அபிராமி

தினமும் படுக்கப் போகுமுன், ஒரு வெகுநாளைய பழக்கம், வானத்தைப் பார்த்துக்கொள்வேன்.

ஜன்னலண்டை கட்டில்; அல்லது கட்டிலண்டை ஜன்னல், இப்படி ஒரு காரணம் சொல்லிக் கொள்ளலாம்.

அல்லது

ஜன்மேதி ஜன்மமாய் ஆனால் ஜன்மாவுக்கே புரியாமல், அதன்அடி உணர்வில், அதன் அடிப்படை பயம். அடுத்தமுறை எட்டிப் பார்க்க வானம் இருக்குமோ?

யோசித்துப் பார்க்கையில், இது ஒன்றும் அவ்வளவு பயித்தியக்கார பயம் அல்ல. பரஸ்பர ஆகர்ஷணத்தில் தானே ஒன்றையொன்று இழுத்துப் பிடித்துக்கொண்டிருக்கின்றன. கிரகங்கள்! இந்த ஈர்ப்பு என்றேன்னும் எள்ளுப் பிசகட்டும்!?????

வானமாவது, பூமியாவது – அப்புறம் அவனுடைய ஊழிச் சிரிப்புத்தான் மிச்சம். ஆனால் அதையும் கேட்க யார் இருப்பார்?

நான் இருப்பேன். ஏனெனில், அவன் ஒன்று உண்டெென வகுத்து, வரித்து, வஹிப்பவனே நான். நானில்லாது அவனேது? ஆகையால் இருக்கிறேன். இருப்பேன் என்பதற்கு என்னிலும் சான்று என்ன வேண்டும்?

ஆனால் அந்தச் சிரிப்பு நேரும்போது, எனக்குக் கேட்காது. அவனில் ஆகையால், அந்தச் சிரிப்பில் நானாக இருப்பேனன்றி எனக்குச் சொந்தமான நா.ன், என்னைக் காண இராது.

சிரிப்பு ஒன்று உண்டு, தெரிகிறது.

அதைக் காணவோ, கேட்கவோ, நான் இருந்தும் இரேன்.

இந்த ஏமாற்றமே ஒரு துக்கம் இல்லையா?

மீனாட்சி கல்யாணத்தின்போது, அகத்தியனை பொதிகை மலைக்கு விரட்டினாற் போல்.

"கல்யாணம் இங்கு நடப்பதை, நடக்கிறது நடக்கிறபடியே அங்கு பார்ப்பாய்."

டி.வி.அப்பவே வந்தாச்சு.

ஆனால் அது அசல் ஆகுமோ?

பிம்பம்.

இன்று படுக்கப் போகுமுன், வழக்கப்படி, வானத்தை உறுதிப்படுத்திக் கொள்ள ஏன் மறந்தேன்?

வேலையிலிருந்து வந்த அலுப்பு. ஆடையைக் கூடப் பூராக்களையாமல், ரா உணவுக்கும் அலுப்பாகி பொத்தென்று விழுந்தவன் தான்.

இது இன்று மாத்திரம் இல்லை.

அடிக்கடி வர வர வானம் பார்க்கும் நேரம்காட்டிலும் பாராத நேரங்களே...

லக்ஷியங்களின் கதியே இப்படித்தான். என் அனாவசிய நேரங்களில் சிந்திக்கையில், எல்லாமே வாணாளின் வீணாள். நாய் வைராக்கியம்.

குப்பை மேடில் இலை விழும் சத்தம் எப்போ? வைராக்கியம் மட்டும் இருந்தால் தருமபுத்திரனுக்குத் துணையாகப் போவேனே! தொண்டை அடைக்கிறது; சிரிப்பு கேட்கிறது? "ஆம். தொண்டைக்குள் அவன் தான். அசல் நேரும்போது இருக்கமாட்டாய். ஆகையால் இப்பவே, சிரிப்கைக் கேள்."

அசல் நேரும் முன்னரே அதன் பிம்பம்.

மாதிரி (Sample)

அவன் மனசு வைத்தால் என்னதான் முடியாது?

ஆனால் இப்போது, அப்போது, எப்போதும் மனம் வைப்பவன் அவனா?

நானா?

மனஸ் (ஆண்)

மனஸா (பெண்?)

மானஸா (பெண்?)

மானஸி (பெண்?)

சேவலைச் சுற்றிப் பெட்டைகள்.

ஒன்றைச் சுற்றி ஒன்பது

"கொக்கரக்கோ"

என்ன வெண்மை, என்ன சுத்தம்!! என்ன வெற்றி!!! கொண்டையும் கழுத்தைச் சுற்றி செதில்களும்.

என்ன சிலிர்ப்பு!

என் கூவலே என் கொடி.

உடல் ஆணாய் இருக்கலாம். ஆனால் மனம் பெண்ணாய் இருக்கலாம் அல்லவா?

உடல் பெண்ணாய் இருக்கலாம். ஆனால் மனம் ஆணாய் இருக்கலாம் அல்லவா?

இல்லை. மனம் அவ்வப்போது மாறி மாறி அந்தந்த சமயத்திற்கேற்ப ஆண் – பெண் அர்த்தநாரீசம். நீயே நான். நானே நீ.

நிந்திரை நிலையில் நான் ஆணா? பெண்ணா?

வெறும் நான். ஒரே நான்.

இன்று படுக்கப் போகுமுன் வானத்தை உறுதிப்படுத்திக் கொள்ள, வானம் பார்க்க மறந்ததால், வயிறும் வெறும் வயிறு ஆனதால், ஜன்மேதி ஜன்மமாய், ஆனால் ஜன்மாவுக்கே புரியாமல், அதன் அடி உணர்வின் அடிப்பயத்தில்,

திடுக்

விழித்துக்கொண்டேன்.

நீர்வீழ்ச்சியின் இரைச்சல். எங்கிருந்து இது? எழுப்பியது அதுதானோ?

நடு நிசி

ரேடியோவை அணைக்க மறந்து அதன் “கடபுடா கடபுடாவா?”

கட்டிலருகே குட்டி மேசை மேல் எட்டித் தொட்டுப் பார்க்கிறேன். அணைக்க மறக்கவில்லையே!

விழித்துக் கொண்டதில் சந்தேகமில்லை. ஆகையால் இந்த ஓசை கனவல்ல. அதனாலேயே மனமெனும் திகைப்பு, திக்குத் தெரியாமல் திரிந்து, இங்கு வந்துவிட்ட புரியாத ஏதோ ஒரு வேளையின் பெருமூச்சு. அதில் மனத்தின் மயக்கு. மனமெனும் மயக்கு. பக்கத்துத் தலையணையிலிருந்து கம்மென்று மல்லி. உடல் பரபரக்கிறது. இருளில் கைத்துழாவலுக்குப் பக்கத்துத் தலையணை காலி. சில நாட்களாகவே காலி. பிறந்தகம். அவள் கூந்தலின்று உதிர்ந்து அவளுடைய வழக்கமான அசிரத்தையில் விட்டுச் சென்றவையென்று சொல்ல வாடிய உதிரிகள் கூட இல்லை. இது ஜாதி ஜாது. மனத்தின் ஜவ்வாது. விளக்கைப் போட துணிவு இல்லை. தருணம் நலுங்கிவிட்டால்?

தூரத்தில், தூர், தூர் பஹுதூர் எட்டிப் போய்விட்ட நீர்வீழ்ச்சி. ஓசை நரம்புகள் பிரிந்து, நரம்புகள் தனித்தனி விதிர் உதிர்ந்து, இசை காட்டி, கரககீதம்; பரஸ்பர ஆகர்ஷணத்தில்,

கிரகங்கள் ஒன்றையொன்று வலிக்கும் பிகித்தனில் ஹும்ம்ம்ம்ம்ம்ம். இதுவே நீர்வீழ்ச்சி. இதுவே நரம்பிசை. இதுவே அந்தர் கானம். இதயமீட்டல், சோகஸுகா ராக்விளம்பித் இசைப் பாகுகள் நெஞ்சில் கொக்கி மாட்டி இழுக்கின்றன. நெஞ்சு கேவுகிறேன்.

இசைப்பாகுகள், இசைப்பாடுகள், இசைக்காடுகள், இசையேடுகள், படபட ஸரி ஸம மத நிந்து பம கம.

சித்தம் ஒரு பித்தம்.

சித்தரங்கத்தில் படுதா அசைகிறது. எழுகிறது. மெல்ல அதுவே ஒரு சொகுசு, ஆனால், மேடையினின்றும் இருள்தான். இருளின் பின்னணியில் இழையும் ராக்விளம் பித் ஸர்ப்பம். அதன் வழுவழுப்பில் அதன் அந்யோன்யத்தில், அதன் ரகஸியத்தில், அது என்னிடம் தேடும் உறவில், அதை அறிகிறேன்.

நாத ஸர்ப்பம் இருளினின்று இழிந்து என்மேல் வழிந்து, தவழ்ந்து, குழைந்து, விளையாடுகிறது. கன்னங்களில் மாறி மாறி முத்தமிடுகிறது. பிளந்த நாக்கு முகத்தை நக்குகிறது. என்னிடம் எதையோ தேடுகிறது. அந்த ஏக்கம் என்னால் பொறுக்க முடியவில்லை. விக்கி விக்கி அழுகிறேன். என் கண்ணீரில் மனதின் சருகுகள் நனைகின்றன.

பக்கத்துத் தலையணையிலிருந்து மோதும் மணம் ராக்மல்லி.

நாகாநத்தம், நாகாநந்தி, நாகஸ்வராளி, நாகவராளி, நாக கந்தாரி, நாக விளம்பித்.

ஸ்மரணை பயத்துடன், பரவசத்துடன், இன்பத்துடன், முரடுகிறது.

மூர்ச்சையின் சிறகுகள் கம்பீரமாய் விரிந்து ஸ்மரணை மேல் கவிகின்றன.

மனம் ஒரு கல்லறை. அதனுள் ஸ்மரணை ஸ்மரணை என்று என்ன தனி? நான்தான்.

மூர்ச்சையிலிருக்கிறது.

மூர்ச்சத்திலிருக்கிறது.

நித்திரையிலிருக்கிறது.

சிறையிலிருக்கிறது.

நிஷ்டையிலிருக்கிறது.

சின்ன வயதில் அப்பா சொன்ன கதை இப்போ நினைவுக்கு வருகிறது.

மானொன்று உண்டாம். யார் கண்ணிலும் படாதாம். அதன் அழகு அத்தனை கற்பாம். அப்படியும் தப்பித்தவறி, வழி தப்பி, எவனேனும் அடவியில் அதனிடம் வந்துவிட்டால், அவனைச் சுற்றி சுற்றி வந்து ஆசை காட்டுமாம். உறவாடுமாம். முகத்தைமேல் உராய்ந்து முனகிகையை நக்குமாம். என்ன சுகம்! என்ன சுகம்!! நக்க நக்க, ரத்தம் பீறிட, அந்த வலியையும் மீறிய சுகத்தில் எலும்பின் வெள்ளை தெரிவது தெரிந்தும் தாபம் அடங்காமல், நக்கலுக்கு உடம்பைத் திருப்பித் திருப்பிக் காட்டி, படிப்படியாக மான் உடல் பூரா நக்கி, ஆள் மாமிசப் பிண்டமாகி, கீழே விழுந்து நக்கல் சுகம் இன்னும் தணியாமல், பிண்டம் புரண்டு புரண்டு நக்கலுக்குத் தன்னை இன்னும் காட்டிக்கொண்டு...

ராக் விளம்பித்தின் ராக நக்கலில் ஸ்மரணை நெளிகிறது. துவள்கிறது. துடிக்கிறது. ஸ்மரணையின் இந்த அதிர்வுகள்தாம் ஸ்வரங்கள்.

அவஸ்தை ஸ்வரம் ஸ்வரமாக அடங்குகிறது. அடுத்து அமைதியின் வியாபகம் அற்புதமான அடை

நாதாந்த மோனத்தினின்று ஒரு புஷ்பம் என் மேல் உதிர்கிறது. அத்தனை மெத்தான அமைதி.

ஸ்மரணைக்கு நாதாஞ்சலி.

நாதத்துக்கு ஸ்மரணாஞ்சலி.

உயிரின் பின்னணி ஓசை 'ராக்விளம்பித்'

உனக்கு நான் எனக்கு நீ.

நெஞ்சில், கண்ணீரில் நனைந்த சருகுகள் சலசலக்கின்றன. அவைகள் மேல் யாரோ நடக்கிறார்கள்.

அபிராமி (!) ? (!) (?) (!) (!) (!)

முன்பின் காரணம் தெரியாது. மோனத்தின் உச்சரிப்பில் உதிர்ந்த நாமம். உடனே அதன் உருவை, அதன் சூழ்நிலையுடன் எடுக்கின்றது. சித்திரங்கத்தில் அபிராமியின் பிம்பம் புலுபுலு புலர்கின்றாள்.

சொந்தமாயும், கடன்வாங்கியும், பூட்டிய நகைகளுடன், முழங்காலுக்கும் கீழிறங்கிய திண்டுமாலை அசைய ஸர்வாபரண பூஷிதையாய் கர்பக்ரஹத்தினின்று மூலவிக்ரஹம் உயிர்த்துப் புறப்பட்டாற்போன்று, கல்யாண கோலத்தில் காக்ஷியளிக்கிறாள். ராக் விளம்பித்திலிருந்து அவதாரம் எடுத்திருக்கிறாள். அவதாரச்சூட்டில் வேர்வை அவள் நெற்றியில் முத்திட்டிருக்கிறது. மார்பு லேசாக மிதப்பாடுகிறது.

ஆனால் ராக் விளம்பித் இன்னும் வாய் பிளந்தேயிருக்கிறது.

ராகங்கள் எப்படி பிறக்கின்றன?

உயிர்மேல் விரிந்த சிறகிருளில், ஸ்மரணை தன்னைத் தேடி அலைகையில் அந்தத்தேடல் அலைகளின் உச்சங்கள் வெவ்வேறாய், தனித்தனியாய்த் தவிக்கையில் அவைகளின் மறுபெயர் ஸ்வரங்கள், ஒன்றுக்கொன்று துணை தேடி, ஒன்றையொன்று பற்றிப் பிறக்கின்றன. அத்தனையும் பிந்துமாலைகள்.

ராக் பூபாளி

மோஹனம்

ராக்கலாவதி

மலயமாருதம்

ராக் அபிராமி

வெள்ளித் தாம்பாளத்தில் திருமாங்கல்யமும், கூரைப் புடவையும் ஆசிக்காக சபையோரைச் சுற்றி வருகின்றன. கலியாணக் கூடத்தில் ஓரமாக ஜமக்காளம் விரித்து, அதில் ‘பெஸல்’ நாயனமும், தவிலும் வெளுத்து வாங்குகின்றன. வாசல் திண்ணையில் பாண்டு. அதைச் சுற்றித்தான் கூட்டம். கிராமத்தில் பின் என்ன ஸங்கீதமா கேட்கப் போகிறார்கள்? இந்த மாதிரி சமயங்களில் சங்கீதம் ஏது? அதுதான் முதல் பலி. யார் ‘கோஷ்டம்‘ கூட? போட்டியும் குஷியும் அதில்தான். நாயுடுவை குற்றம் சொல்லாதீர்கள். பக்கத்தூரிலே இந்த ஸெட்டைத்தான் வெச்சாங்க. நானும் வெச்சேன். அவருக்கு சங்கீதத்தைப் பற்றியோ, வேறு எந்த விஷயத்தில் ஆகட்டும், அவருக்குத் தெரிந்தது அவ்வளவுதான் வாழ்க்கையில் முன் ஏறுவதற்கு அவ்வளவு தெரிந்தால் போதும்.

இந்தக் கலியாணத்தில் செல்வத்தோடு செல்வம் மணம் புரிந்து கொள்கிறது.

இங்கு ஒரே பெண் அங்கும் ஒரே பிள்ளை.

நாயுடு அரிசி மொத்த வியாபாரம்.

சம்பந்தி தோல் வியாபாரம்.

லஷ்மி விலாசம் பொருளையும், இடத்தையும் தேர்ந்தா எடுக்கிறது? அதற்கு எதுவுமே அவசியமில்லை. அதற்கு கிறுக்குப் பிடித்தால் உங்கள் கொல்லைப்புறத்தில் மண்கட்டி திடீரெனத் தங்கக்கட்டி.

எங்கள் வீட்டுக்கு எதிர் வீடு நாயுடு. அப்பா போஸ்ட் மாஸ்டர். அவள் தகப்பனுக்கு வந்திருக்கும் தபாலை வாங்க எப்போதேனும் வருவாள். வேலைக்காரன் வேறு ஜோலியாகப்

போயிருந்தால். நாயுடுவே எப்போதேனும் வருவார். தபாலை வாங்குவதோடு சரி. படித்துக் காட்டச் சம்பளத்துக்குக் கணக்குப்புள்ளே இருக்கிறார். காசோலையில் கையெழுத்துப் போடமட்டும் நாயுடு எப்படியோ கற்றுக்கொண்டு விட்டார்.

அபிராமி, நாயுடு இவர்களின் இப்படியான அபூர்வமான வருகையில் எங்கள் வீடு பெருமை கொண்டது.

வேர்த்துக் கொட்டுகிறது. அப்பா என்ன நெரிசல், என்ன நெரிசல்! மூச்சே திணறுகிறது. வெளியே இருப்பவர் உள்ளேவர முடியவில்லை. நான் உள்ளே மாட்டிக்கொண்டு விட்டேன்.

நாயுடு தலையில் முண்டாசு. காத்தவராயன் மீசையுடன், ஆறடி உயரத்தில், தொந்தியும் தொப்பையுமாக, ஆட்களை இரைச்சலாக கார்வார் பண்ணிக்கொண்டு, கூட்டத்தில் புகுந்து வளைய வந்து கொண்டிருகிறார். சம்பந்தியும் அவ்விதமே. அவரும் ஆகிருதியில் நாயுடுவுக்குச் சளைத்தவரல்ல. இவர் இந்தப்பக்கம், அவர் அந்தப்பக்கமாக வந்து, இருவரும் கோயில் திருவிழாவில் பூதப்பொம்மைகள் போல, தொந்திகள் முட்டிக்கொண்டனர்.

மணப்பந்தலில் மாப்பிள்ளை இப்பவே தோசைமாவாக உடல் பொங்கி வழிகிறான். அப்பா வயசுக்கு எப்படி ஆவானோ?

விருட்டென மணமகனின் பக்கலினின்று அபிராமி எபந்து, புன்முறுவல் மாறாமல் புழைக்கடைப் பக்கம் போகிறாள். தோழிப்பெண் ஜாடை அறிந்து பின் தொடர்கிறாள். ஆனால் அதற்குள் அபிராமி நாலடி முன் போயாச்சு. யாவரும் அவளுக்கு வழிவிடுகிறோம். என்ன நெரிசல்! என்ன புழுக்கம்!! மணப்பெண்ணுக்கே மூலவருக்கு எண்ணெய்க் காப்பு இட்டாற்போல் முகம் கசகசக்கிறது. அந்தப் பளபளப்பிலும் ஒரு பாந்தம் இருக்கிறது.

கூட்டத்தில் என்னைக் கண்டதும். அவள் நடை, இமைநேரம் தடைப்பட்டதோ! எங்கள் கண்கள் சந்திக்கின்றன. உடனே கடந்துபோய்விட்டாள்.

அப்பா, என்ன கூட்டம்! என்ன கூட்டம்!! நாயுடு கல்யாணத்துக்கு அழைக்கவில்லை. உத்தரவு போட்டு விட்டார். யார் வீட்டிலும் அடுப்பு மூட்டக்கூடாது. முதல் நாள் இரவு; இன்று பூரா. சமையல் பெருமாள் கோயில் மடப்பள்ளியில் நடக்குது. பந்தியும் கோவில்லேதான். தவசிப் பிள்ளைங்க நாற்பது பேரு பட்டணத்திலிருந்து ஜமாவா வந்து இறங்கி இருக்காங்க.

"இதென்ன முகூர்த்த வேளை நெருங்கிக்கொண்டிருக்கிற சமயத்தில் மணப்பெண்ணுக்கு ஏதோ அவசரம் வந்துட்டதே!"

வாய்விட்டு சொல்ல முடியாமல், புரோகிதர் கையைப் பிசைவதற்குப் பதிலாக அவ்வப்போது மேல்துண்டால் முகத்தைத் துடைத்துக்கொள்

"ஐயோ! ஐயோ!! ஐயையோ!!!

கொல்லைப்புறத்திலிருந்து அலறல் வருகிறது. பயத்தில் எதிர் அலறல்; அலறிக்கொண்டு எல்லோரும் புழைக்கடைக்கு ஓடுகிறோம்.

தோழிப்பெண் வாயில் அடித்துக்கொண்டு அதோ கிணற்றைச் சுட்டிக்காட்டுகிறாள். அவளுக்கு விழிகள் பிதுங்கி விட்டன.

"ஐயோ! ஐயோ!!"

நாக்கு வேறு சத்தத்துக்கு எழவில்லை. வாயில் அடித்துக் கொள்வதோடு சரி. கிணற்றைச் சுட்டிச்சுட்டி, காட்டுவதோடு சரி. கைவேறு செயல்படவில்லை.

முகூர்த்தம். அபிராமி அப்படித்தான் வேளை பார்த்திருக்கிறாள்.

ராக் விளம்பித்துள் மறைய!

அதை அவள் ஸ்மரணை பூர்வமாக அறியாள்.

ஆனால் எப்பவும் நடப்பதென்னவோ அதுதான்.

ஒவ்வொரு பிறவியும் ஒரு ஸ்வரம் அல்லது விளம்பித்தினின்று ஜன்யராகம்.

விளம்பித் அனாதி.

பின் நேர்ந்தவைக்குத் தக்க பாஷை என்னிடம் இல்லை.

எப்படிச் சொன்னாலும் அது பாஷையை அசிங்கப்படுத்துவதாகும். அப்படியும், விகாரங்களையும் சொல்லித்தானே ஆகவேண்டி இருக்கிறது. பெற்றோர் உற்றோர் வாயிலும் வயிற்றிலும் அடித்துக் கொள்வது ஒரு பக்கம் இருக்கட்டும். ஊரே கொல் ஆனது ஒரு பக்கம் இருக்கட்டும்.

மணவறையே பிணவறையாய் சம்பிரதாயப்பட்டு ஒப்பாரி மேற்கோள்கள் ஒரு பக்கம் இருக்கட்டும்.

சாயந்தரமே எடுத்துடறதா? இல்லே, மறுநாள் காலையா? மேல் காரியத்தை ஓட்டவேண்டுமே! அந்தக்கேள்வி ஒரு பக்கமிருக்கட்டும். நாயுடுவுக்கு வேண்டாதவர்களும் இருக்கிறார்கள் என்பது இப்போ துப்புறத் தெரிந்தது. சுட்டித்தான் காட்ட முடியாது. லக்ஷ்மி ஓரிடத்தில் வளருகையிலேயே, கூடவே ஒரு பொறாமைக் கும்பலையும் வளர்க்கிறாள். இனம் தெரியாது. கும்பலோடு கும்பல்.

வத்தி வைத்தது யார் தெரியவில்லை. மத்யானமே, போலீஸ் மூன்றாவது மைலில் எங்களுக்குப் போலீஸ் ஸ்டேஷன் வந்துவிட்டது ஆம்புலன்சுடன். வியாபார ரீதியில் மாமூல், நாயுடுவிடமிருந்து சேரவேண்டிய இடங்களில் சரியாகச் சேரவில்லையோ? சப்இன்ஸ்பெக்டர் புதுசோ?

நாயுடுவின் செல்வாக்கு, விஷயத்தை அப்படியே குரல் வளையைப் பிடித்து அமுக்க முடியவில்லை. தனியாக அழைத்துப் போய்ப் பேசாமல் இருந்திருப்பாரா?

"நீங்க விணயங்களைக் குழப்பறீங்க. அது வேறே. இது வேறே. கொலையா, கொக்கா? எங்கள் ஒழுங்குமுறையை முழுக்க முழுங்க முடியாதுங்க. இதுவே ஒரு திளிஸிவிகிலிமிஜிசீ தானுங்களே! நாளைக் காலையிலேயே டெலிவரி எடுத்துடலாம். அதுக்கு வேண்டிய ஒத்தாசைக்கு என்னை நம்புங்க. நானும் புள்ளைக்குட்டிக்காரன் தானுங்க. உங்களுக்கு எப்படி இருக்கும்? எங்களுக்குத் தெரியாதுங்களா?"

சப்இன்ஸ்பெக்டர் பயங்கொள்ளிதான் போலும்!

இல்லை, அவருக்கு விசை அப்படி முடுக்கி இருக்கிறது போலும்.

* * *

ஆனால் போஸ்ட் மார்ட்டம் வெளிப்படுத்தியதற்கு யாருமே தயாராக இருந்திருக்கமாட்டார்கள். ஆம். நாயுடுவின் எதிரிகளையும் சேர்த்துத்தான். ஏதோ ஒரு விதத்தில் அது நியாயமாகக்கூட இல்லை. ஆனால் நியாயமோ இல்லையோ, இருந்ததை மறுக்கமுடியாதே!

நாயுடு குடும்பத்தின் மானக்குலைவு முழுமை அடைந்தது.

மானம் மட்டுமா குலைவு?

ஒன்று தட்டினால் அடுத்தடுத்து ஒன்றையொன்று தொட்டுத் தட்டிக்கொண்டு ஒன்பது விழுமே! அது ஒரு விளையாட்டு. NINE PINS!

லக்ஷ்மி அவள் ஒரு நம்ப முடியாத குதிரை.

ஒருவாரம் பொறுத்து நாயுடுவுக்கு ஒரு தபால். அப்பாவே எடுத்துச் சென்றார். நாயுடு ரேழித் திண்ணையில் உட்கார்ந்திருந்தார். நாயுடுதானா? ஒரு வாரத்துக்குள் இப்படியா? வயிறின் 'விண்' கரைந்து தொந்தி தோலாய்த் தொங்கிற்று. முகத்தில் அந்த முழியும் கார்த்தவராயன் மீசையும்தான் அடையாளமாய்த் தெரிந்தன. அவரிடமிருந்து ஜ்வாலை உஸ் உஸ்ஸென்று மூச்சாக எரிப்புடன் வெளிப்பட்டுக் கொண்டிருந்தது.

'நாயுடுவாள், உங்களுக்குப் பிள்ளை வீட்டாரிடமிருந்து ரிஜிஸ்த்தர் வந்திருக்கிறது.'

அப்பாவுக்குப் பயத்தில் குரல் கம்மிற்று.

"பிரியுங்க."

"அதெப்படிநான்" அப்பா தயங்கினார்.

"பரவாயில்லே, பிரியுங்க. கணக்கப்புள்ளே படிச்சுக் காட்டறத்துக்கு நீங்க மேலில்லையா? இனிமேமேல் என்ன, கீழ் என்ன? சாணித் தண்ணீயிலே தெளிவு என்ன? வண்டல் என்ன?"

கடிதத்தில் சுற்றி வளைத்தது போக சாராம்சம்:

நீங்க உங்க மகளின் நெலமையே மறைச்சு வெச்ச எங்க தலையில கட்டப்பார்த்த மோசடி முயற்சியில் எங்க குடும்பத்துக்கு வந்திருக்கும் மான நஷ்டத்துக்கு ஒண்ணரை லச்சம்

பிள்ளையின் தகப்பனார் தன் கைப்பட அவருக்கு கை வந்த பாசையில் எழுதியிருக்காராம்.

பின்னால் வக்கீல் நோட்டீஸ் வருமோ என்னவோ?

கேஸ் இருக்குதா இல்லியா, திரிச்சவரைக்கும் கயிறு முன்னால் பைலட் விட்டுப் பார்க்கிறார். ஏதாச்சும் தகைஞ் சால் பிஸினெஸில் போட்டுக்குவாரா? வீடு கட்டி வாடிக்கைக்கு விடுவாரா?

ஆனால் யார்?

கையில் அரிவாளுடன் நாயுடு தெரு தெருவாய்த் தேடி அலைகிறார். ஊரில் அபிராமிக்கு ஒத்த வயது காளைகள் அத்தனைபேர் தலைகளையும் சீவுவதற்குத் தாயாராக இருக்கிறார். முதலில் தண்டனை. பின்னால் விசாரணை தேவையானால் பார்த்துக்கலாம்.

ஆனால் இது புலன் அவ்வளவு சுலபமா? கடைசிவரை கிடைக்கவில்லை – கிடைக்கவே இல்லை.

ஒரு சமயம் பிற்பகல் மூன்று மணி இருக்கும். ரயில்வே ஸ்டேஷனுக்குப் போகும் ரோட்டில் ஒருவருக்கொருவர் எதிர்ப்பட்டோம். நாயுடுவின் காங்கை அடிக்கும் கண்களின் வசியத்தில் எனக்கு நடை தடைப்பட்டு கால்கள் நின்றுவிட்டன.

மௌனமாக, எதிருக்கெதிர், நாங்கள் நின்ற நிலை எப்படி நேர்ந்தது? எந்நேரம் நீடித்தது? தெரியவில்லை. எனக்கக் குலை நடுங்கிற்று. ஒரு ஈ காக்கை இல்லை. வெயில் முதுகைப் பட்டை உரித்தது. அவர் கையில் கத்தியில்லை. ஆனால் அவர்

கையினாலேயே தீக்குச்சியாக ஒடித்து அங்கே பாலத்தடியில் தூக்கி எறிய அவருக்கு நான் எம்மாத்திரம்?

என்னைப் படிப்படியாகத் தன் ஆலிங்கனத்தில் இறுக்கிக் கொண்டிருக்கும் அந்தப் பார்வையின் வசியத்தினின்று, உயிர் முயற்சியில் ஒருவாறு என்னை உதறிக்கொண்டு, காலை அதில் கட்டிய கல்லோடு இழுத்துக்கொண்டு அவரைக் கடந்தேன். நான் பத்திரமாகிவிட்ட தூரத்துக்கு வந்து விட்டேன் என்று எனக்கு நிச்சயமானதானதும் திரும்பிப் பார்த்தேன்.

நின்றவிடத்திலேயே நின்றபடி, நெற்றிப் பொட்டைத் தேய்த்துக் கொண்டிருந்தார்.

ஆனால் அவளுடைய அந்தப் பார்வை

ஆ! ஆனால் எனும் சொல் சமீபத்தில் இங்கு நிறைய நடமாடுகிறது.

ஒருவேளை அதுதான் 'ராக்அபிராமி'யின் ஜீவஸ்வரமோ?

அந்தப் பார்வை

அதுவே ஒரு கருவூலம்

அது, என்னிடம் என்ன சொல்ல முயன்றது? அது இன்னும் என்னுடைய ப்ரத்யேக அதிசயம். எத்தனை வருடங்களாகிவிட்டன. எத்தனை ஆனால் என்ன?

பல காரணங்களால், வீட்டுக்குத் திரும்ப விருப்பம் இல்லாமல், சில கோடை இரவுகளில், கடற்கரையில் தனியாக உட்கார்ந்திருக்கையில், வானத்தில் நட்சத்திரங்கள் கூடைகூடையாகக் கொட்டி வாரியிறைக்கின்றன. எனக்கு ஒரு சித்தாந்தம். உலகத்தின் அத்தனை உயிர்களுக்கும் கூடுகளாம். நக்ஷத்திரங்கள் இங்கு பிறவி நீத்தவுடன் ஒவ்வொரு ஆவியும் வானில் அதனதன் நக்ஷத்திரக்கூட்டை அடைகிறது. அங்கு தான் அதற்கு ஓய்வு. மறுபலத்தின் ஊறல். மறுபடியும் அதன் வேளையில், புட்கள் இரை தேடக் கிளம்புவது போல் பிறவியெடுக்கப் புறப்படுகிறது.

இங்கு இந்த நக்ஷத்திரவாசம். "எட்டாப் பழமடியோ தெவிட்டாத தேனடியோ"

விளம்பித் வீறிடுகிறது.

'கட்டுக்குழி படர்ந்த கருமுகில் காட்டுக்குள்ளே' மறுபடியும் கிட்டப்பா.

இந்த நக்ஷத்திரக்காடும் அப்படித்தான்.

அபிராமியை இங்கே எங்கென்று தேடுவேன்?

யார்?

முடிவற்ற கேள்வி; தொடர்பற்ற பதில்.

பக்கத்துத் தலையணையில் மல்லி மணம் பின் வாங்கிவிட்டது.

நீர் வீழ்ச்சி தூர தூர தூர ஓய்ந்து போய்விட்டது.

எழுந்து ஜன்னலுக்கு வெளியே எட்டிப் பார்க்கிறேன்.

நக்ஷத்திரங்களைக் கூடைக் கூடையாய் கொட்டி வாரி இறைத்துக் கிடக்கிறது.

எனக்கு இடம் தெரியாது. தெரியவும் போவதில்லை என்று தெரிகிறது.

தேடுகிறேன்.

பச்சைக் கனவு

முதுகு பச்சையாய்க் கன்றிப் போகக் காயும் வெய்யிலில் முற்றத்தில் உட்கார்ந்துகொண்டு நேற்றிரவு கண்ட கனவை மறுபடியும் நினைவில் எழுப்ப முயன்றான். கனவற்ற தூக்கமே என்றுமில்லை எனினும் விடிந்ததும் அக்கனவுகள் மறந்துவிடும். ஆயினும் நேற்றிரவு கண்ட கனவு அப்படியல்ல. பச்சைக்கனவு.

உடல்மேல் உரோமம் அடர்ந்தது போன்று, பசும்புற்றரை போர்த்து நின்ற நான்கு மண் குன்றுகள். அவை நடுவில் தாமரை இலைகளும் கொடிகளும் நெருங்கிப் படர்ந்த ஒரு குளம். சில்லிட்ட தண்ணீரில் காலை நனைத்துக்கொண்டு அண்ணாந்து படுத்திருந்தான். கைக்கெட்டிய தூரத்தில் பச்சைக் கத்தாழையும் அதன் பக்கத்தில் சப்பாத்திப் புதரும், சப்பாத்தியில் இரத்தக்கட்டி போன்ற பூவின் மேல், ஒரு பச்சை வண்டு ரீங்காரித்துக் கொண்டே வந்து மோதிற்று... *"ராமா ராமா ராமா, இன்னிக்கென்ன உங்களுக்கு? இப்போத்தானே கூடத்தில் உட்கார வைத்துவிட்டுப் போனேன். மறுபடியும் வெய்யிலிலே குந்திக் கொண்டிருக்கிறீர்களே! உங்களுக்கென்ன நிலாக் காயறதா?"*

"நிலா" என்றதும் மற்றும் ஒரு நினைவு எழுந்தது. நடு நிலவில் வாசலில் கயிற்றுக் கட்டிலில் காத்துக்கொண்டு படுத்திருக்கையில், காத்திருந்த கைப்பிடி அவன் கைமேல் விழுவதும், தெருவின் திருப்பத்தில் நான்கு மண் குன்றுகளின் நடுவில் தேங்கிய குளத்திற்கு அழைத்துச் சென்ற எத்தனையோ முறைகளும், பாதத்தினடியில் தெருவின் பொடி மண் பதிவதும், பச்சையாடை காற்றில் 'படபட' என்று அடித்துக்கொண்டு அவன்மேல் மோதுவதும் இப்பொழுது போலிருந்தது.

"நிலவு பச்சைதானே?"

"பச்சையா? யார் சொன்னா வெணணிலாயில்லையோ?"

"முழு வெள்ளையா?"

"சுண்ணாம்பு வெள்ளையென்று சொல்ல முடியுமா? ஒரு தினுசான வெண்பச்சை.."

"ஆ, அப்படிச் சொல்லு..."

அது வேண்டுமானால் வெண்பச்சையாயிருக்கட்டும். ஆனால் அவன் அதை முழுப் பச்சையாய்ப் பாவிக்கச் சற்று இடங்கொடுத்தாலும் போதும்.

கசக்கிப் பிழிந்த இலைச்சாறுபோல், நிலவு குன்றுகளின் மீதும், புற்றரை மீதும், தாமரை வாவியின் மேலும் பச்சையோடு பச்சையாய் வழிவதாக நினைத்துக்கொள்வதில் ஒரு திருப்தி, அந்நினைவில் சற்றுநேரம் திளைத்துக் கொண்டிருந்துவிட்டு,

"வெய்யில் எப்படி இருக்கிறது?" என்று கேட்டான்.

"ஐயையோ, இன்னிக்கு ஏன் ஒரு தினுசாயிருக்கேள்? வெய்யில் வெளுப்பாய்த்தானிருக்கும். உள்ளே வாங்கோ.."

"முழு வெளுப்பா?"

"முழு வெளுப்பு..."

ஆம், அவனுக்கு நினைவு தெரிந்தவரைகூட வெய்யில் வெளுப்புத்தான். அத்துடன் தகிப்பும்கூட, வெய்யிலும் பச்சையாயிருந்தால்!

சற்றுநேரம் பொறுத்து அவன் எண்ணத்தை எதிரொலிப்பது போன்று, அவன் மனைவி கண்ணைப் பலமாய் சிமிட்டிக் கொண்டு,

"வெய்யில் பச்சையாயிருக்கும் வேளைகூட உண்டு.. என்றாள்.

அவனுக்கு உள்ளூர அவாத் துடித்தது, வெய்யில் பச்சையாயிருப்பதில் தன் தலையையே நம்பியிருப்பது போல்.

அவன் மனைவி கண்ணைச் சிமிட்டும் சிமிட்டலில், ரப்பைகள் எகிறிவிடும்போல் துடித்தன.

"பச்சையான பச்சை! இலைப்பச்சை! நேற்ற சாயங்காலந்தான் உங்கள் மச்சினன், பதினாலு ரூபாய் போட்டு வாங்கி வந்தான்; இதைப் போட்டுண்டு பாருங்கள்."

"என்ன இது?"

"போட்டுக்கொள்ளுங்களேன் சொல்றேன் வெய்யிலுக்குக் குளுகுளுவென்று பச்சைக் கண்ணாடி, எல்லாம் பச்சையாய்த் தெரியறதோ?"

அவனுக்கு ஒன்றும் தெரியவில்லை. எப்பொழுதும் போல் அந்தகாரமாய்த்தானிருந்தது.

"அட! உங்களுக்கு ஜோராயிருக்கே!"

"என்ன?"

“மூக்குக் கண்ணாடி போட்டுக்கொண்டால் உங்களைக் குருடு என்று யார் சொல்லுவா?”

அவ்வார்த்தை சுருக்கென்று தைத்தது. உள்ளதைச் சொன்னாலும், எவ்வளவு தூரம் தன்னைக் கேலி பண்ணுகிறாள் என்று புரியவில்லை. கண்ணாடியைக் கழற்றி வீசியெறிந்தான் அது கட்டாந்தரையில் பட்டுத் தெறித்து உடையும் சத்தம் இனிமையாய் ஒலித்தது.

“ஐயோ பதினாலு ரூபாய்! என்னத்தைச் சொல்லிவிட்டேன் இவ்வளவு ஆத்திரம் பொங்க! இந்த வயசிலே உங்களுக்கு இத்தனை ஆங்காரம் வேண்டாம்!”

எந்த வயதிலே? வயதுண்டோ தனக்கு? அவள் நெறித்த சொடுக்குகள் விரல்களினின்று சொடசொடவென்று உதிர்ந்தன. “தன்னாலே ஒண்ணும் ஆகாவிட்டாலும் கோபம் மாத்திரம் மூக்கைப் பொத்துக்கொண்டு வருகிறது! காலையிலே கண்ணைத் திறந்தால் ராத்திரி கண்மூடறவரை, சகலத்துக்கும் கை பிடித்தே கொண்டுபோய் விடவேண்டிருக்கிறது. இத்தனை சிசுருஷையின் நடுவில் இத்தனையும் போறாது போல் வேளையில் பாதி நேரம் ஊமை, வாயைத் திறந்தால் நிலா பச்சையாயிருக்கா? வெய்யில் பச்சையாயிருக்கான்னு தத்துப்பித்தென்று கைக்குழந்தை மாதிரி கேள்வி..”

அவள் பழிப்பதெல்லாம் அவன் காதில் விழுந்ததா என்று சந்தேகம். அவன் நினைவு சட்டென்று இன்னொரு எண்ணத்தைத் தொட்டு அதில் முனைந்துவிட்டது.

ஊமையென்றதும் நினைவு, நேற்றிரவு கண்ட கனவில் ஊசிபோல் மறுபடியும் ஏறியது. மேற்கூறியவாறு, அவனாய்க் கற்பித்துக் கொண்ட பட்டைவீறும் பச்சை வெய்யிலில் பசும்புற்றரையில் நீட்டிய கால் தாமரைக்குளத்தில் சில் தண்ணீரில் நனைய அண்ணாந்து படுத்திருந்தான். அவன் பக்கத்தில் அவன் உறுப்பு உறுப்பாய்த் தொட்டு உள்ளந்திரிபு அற உணர்ந்ததோர் உருவம் படுத்திருந்தது. கட்டவிழ்த்து சரிந்த பசுங் கூந்தலிலிருந்து முகத்தில் அலைமோதும் பிரி இது.

அவனையே அள்ளி உண்ணும், பசுமை நிறைந்து, தாமரைக்குளம் போன்ற கண்கள் இவை.

நீங்காத மௌனம் நிறைந்து அம்மௌனத்திலேயே முழுகிப்போன வாய் இது.

அகன்ற மனதில் கிளர்ந்த ஆசை. வெளியும்வர இயலாது உள்ளும் அடங்க இயலாது. முண்டிய மார்பு இது. பச்சை மேலாக்கினடியில் பட்டுப்போன்ற வயிறு இது.

அவர்களிருவரின் ஆயுளின் இன்பத்தையும் துன்பத்தையும் ஒரே மூச்சில் அளந்துவிட முயலுவதுபோன்ற ஆலிங்கனத்தின் அவஸ்தையிது...

"பச்சைக்குழந்தை? பச்சைக்குழந்தை!!.."

அவன் மனைவி அவன் கையைக் கரகரவென்று பிடித்திழுத்து, கூடத்து ஊஞ்சலில் உட்கார வைத்துவிட்டு உள்ளே சென்றாள். அப்படியே அவள் மெதுவாய்ப் படுக்கையாய்ச் சாய்ந்து, அவனை உட்கார வைத்த அதிர்ச்சியில் ஆடும் ஊஞ்சலுடன் மனதையும் அசைய விட்டுக்கொண்டு, பச்சையைப் பற்றி எடுத்த எண்ணத்தைத் தொடர முயன்றாள்.

அவன் கண்ணிருக்கையில் கடைசியாய்க் கண்ட நிறம் பச்சை. அக்காரணம் பற்றியயே அந்த வர்ணம் அவனுக்குப் பிடித்த வர்ணமாய், மனதைக் கெட்டியாய்ப் பற்றிக் கொண்டுவிட்டது. அக்குன்றுகளிடையில் குளக்கரையில் அவன் பச்சையைப் பெற்ற பார்வையையிழந்ததை நினைத்தான். அப்பொழுது என்ன வயதிருக்கும்? பத்திருக்குமா? அவ்வளவுதான்.

மல்லாந்து படுத்தவண்ணம் சூரியனைச் சற்றுநேரம் நோக்கிக் கொண்டிருந்துவிட்டு பிறகு சுற்றும் முற்றும் இருப்பதைப் பச்சையாய்க் காணக் காண அவனுக்கு வியப்பாயிருக்கும். சூரியஜோதியில் கண்ணைத் திறந்து காண்பித்துவிட்டு புத்தகத்தை எடுத்துப் பிரித்தால் எழுத்துக்கள் பச்சை பச்சையாய்க் குதிக்கும். பொடிமணல் பச்சைப் பளீரடிக்கும். அது அப்பொழுது அவனுக்கு ஆனந்தமாயிருந்தது. யாருமறியா ஒரு புது விளையாட்டைத்தான் கண்டுபிடித்ததாய் நினைத்துக் கொண்டுவிட்டான். அதைத்தானே தன்னந்தனியாய் அனுபவித்தான். அப்பொழுதுதான் ஒரு மாதத்திற்கு முன் தாயை இழந்த துக்கத்தைச் சற்றேனும் மறக்க இவ்விளையாட்டு அவனுக்கு ஆறுதலாயிருந்தது. ஆயினும் அவன் கண்டுபிடித்த மூன்றாம் நாளே, மாவிளையாட்டு தானே முடிவடைந்தது. சூர்யகோளம் தாம்பாளம் போல் சுழன்று கொண்டே விட்டுவிட்டு மின்னுவதை ஆச்சர்யத்துடன் பார்த்துக்கொண்டிருக்கையில், கண் திடீரென்று இருண்டு பார்வை இழந்தது. சப்பாத்தியிலும் கத்தாழையிலும் விழுந்து எழுந்து தட்டுத்தடுமாறி உடலெல்லாம் முள்ளாய் அழுதுகொண்டே வீடு வந்து சேர்ந்தது இன்னமும் நினைவிருக்கிறது.

தலைவாழை இலையில் விளக்கெண்ணெயைத் தடவி அவனை அதில் வளர விட்டிருக்கையில், அப்பா மண்டையிலடித்துக்கொண்டே கூடத்தில் முன்னும்பின்னுமாக

உலாவுவது ஞாபகமிருக்கிறது. "மர்க்கடம் – மர்க்கடம்!' உன்னைப் பெற்றாளே உன் தாயும்!"

என்னென்ன வைத்தியமோ பண்ணியும் பார்வை மீளவில்லை. ஏற்கெனவே கண்ணில் கோளாறு இருந்திருக்கிறது. இனியொன்றும் இயலாது என்று பட்டணத்து வைத்தியனும் கைவிட்டுவிட்டான். செயலற்ற விழிகளை வெடுத்தவண்ணம் அவன் கூடத்துத் தூணில் சாய்ந்து கொண்டிருக்கையில், அப்பா மண்டையில் மறுபடியும் திரும்பத் திரும்ப அடித்துக் கொண்டார்.

"நன்னாவந்து சேர்ந்ததையா நமக்கென்று; என்ன பண்ணினாய்?" "சூரியனைப் பார்த்துக்கொண்டிருந்தேன்!" நாக்கைப் பழிக்கிறாள்– "வர ஆத்திரத்தில் உன்னை அப்படியே தூக்கிச் சுவரில் அறைந்துவிடலாம் போலிருக்கிறது. உனக்கென்று எல்லாம் தேடி வருகிறதே! சூரியனைப் பார்க்கிற விளையாட்டு யார் சொல்லிக் கொடுத்தா, நம்ம சம்பந்திக்காரன்தானே! பெண்ணைத் தள்ளி வைச்சோம் என்கிற வயிற்றெரிச்சலில் என்ன வேணுமானாலும் செய்வான் அவன். மாப்பிளையும் சரியான பித்துக்கொள்ளி சொல்லு நிஜத்தைச் சொல்லு குட்டிச்சுவரே! என்ன பாவத்தைப் பண்ணினேனோ!"

பாபம் பச்சையாயிருக்காதே?

பார்வையிழந்தது முதல் பச்சையுடன் புழுங்கிப் புழுங்கி அவனுக்கே சொந்தமான தனி அனுபவத்தில் அவன் அவ்வர்ணத்திற்கே ஒரு தனி உயிர், உரு, குணம், உயர்வு எல்லாம் நிர்மானித்துக் கொண்டுவிட்டான்.

அழகுப் பச்சையழகு!

எல்லோருக்கும் தெளியச் சொல்ல வரவில்லை. சொன்னாலும் யாரும் சிரிப்பார்கள். இப்பொழுது இவள் சிரிப்பது போல்.

அவள் அடுப்பில் கொள்ளிக் கட்டையைச் சரியாய்த் தள்ளிவிட்டுக் கொண்டிருந்தாள். கட்டையினின்றும் சிதறும் தணல் போல் அவள் மனம் கொதித்துக்கொண்டிருந்தது. ஊஞ் சலில் அவள் கணவன் அனாதைபோல் ஒடுங்கிப் படுத்திருக்கும் நிலைமை கண்டு ஒரு பக்கம் பரிதவித்தது. வாய் மூடியவண்ணம் அவரைச் சூழ்ந்த அந்தகாரத்தில் உறைந்து போய் விடுகிறார். தூங்குகிறாரா அல்லது யோசனை பண்ணிக்கொண்டிருக்கிறாரா? அப்படி என்ன ஒரு யோசனையோ?

ஏதோ, ஒரு சமயமில்லாவிட்டால் ஒரு சமயம் எரிச்சல் வந்தாலும் அவரால் ஒரு சமயமும் ஒரு விதமான துன்பமுமில்லை. கண் அவிந்தது முதல் ஒரு விதத்தில்

வளர்ச்சி நின்றுவிட்டது போலும். எல்லோரைப்போல, கண்ணால் உலகைக்கண்டு அதனுடன் மூப்படையும் அநுபவம் அவருக்கில்லை. அதனாலேயே அவர் கேள்விகளும் செயல்களும் சில சமயங்களில், சமயமற்று சலிப்பை விளைவித்தன.

தாழ்வாரத்திலிட்ட பிரம்புநாற்காலியில் சாய்ந்து கொண்டு குனிந்த தலை நிமிராது யோகத்தில் அழந்தது போல் உட்கார்ந்திருக்கிறார். என்ன இருக்கிறது இவ்வளவு யோசனை பண்ண? கண்ணிருந்தாலே பொழுது போக மாட்டேன்கிறது. இவருக்குப் பார்வையில்லாமல், பேச்சுமில்லாமல் எப்படிப் பொழுதுபோகிறது?

மாலை முதிர்ந்து இருள், தோட்டத்தில் வாழை மரங்களினும் வைக்கோற்போரிலும் கிணற்றடியிலும் வழிய ஆரம்பித்தது. வானம் அப்பொழுதுதான் தூக்கம் கலைந்ததுபோல், அதன் பல்லாயிரம் கண்கள் ஒவ்வொன்றாயும், ஒருங்கொருங்காயும் விழித்துச் சிமிட்ட ஆரம்பித்தன.

"கலத்தில் சாதம் பேட்டிருக்கிறேன்; சாப்பிட வாங்கோ."

"ஊஹும்."

"சாப்பிடாதபடி என்ன நடந்துவிட்டது? கண்ணாடி போனால் பீடை தொலைஞ்சது நீங்க வாங்கோ."

"இல்லை எனக்கு வேண்டியில்லை, வற்புறுத்தாதே; நான் மாடிக்குப் போகிறேன."

அவன் படிப்படியாய்த் தொட்டு மாடியேறுவதைப் பார்த்துக் கொண்டிருந்தாள். ஏதேது, இந்தத் தடவை கோபம் மீறிவிட்டாப்போல இருக்கு! சமாதானப்படுத்த வேண்டியதுதான்.

மாடிக்குப்போய் ஜன்னலண்டை போட்டிருக்கும் குறிச்சியில் சாய்ந்தான். தென்றல் நெற்றி வியர்வையை ஒற்றியது.

"கீச் கீச் "

இரவில் கண்ணிழந்து அவனைப்போலவே தன்னந்தனியான பறவை இடந்தேடியலைகிறது.

"கீச் கீச் கீச் "

கிளி. 'பச்சை'க் கிளி.

அவள் மாடியேறி வரும் சத்தம் கேட்டது.

எதிரே மேஜைமீது டம்ளரை வைத்தாள்.

என்னது? பால். பசும்பால். பச்சைப்பால். அவன் குறிச்சி கையைப் பிடித்தவாறு மண்டியிட்டாற்போல் அவன் காலடியில் உட்கார்ந்தாள். அவள் விரல்கள் அவன் கைமேல் பட்டன.

மெதுவாய், "கோபமா?"

"இல்லையே!" நிஜமாகவே இல்லைதான். நேற்றிரவு கண்ட கனவு எழுப்பிய நினைவுகளுக்கு அவன் என்ன செய்வாள்?

"பின்னே ஏன் ஒரு மாதிரியாயிருக்கேள்?"

"நான் நேற்றிரவு ஒரு கனாக்கண்டேன். உன்மேல் கோபமேயில்லையென்றால் நம்பு. தப்பு என்மேல்."

"இல்லை என்மேல் தான் உங்களுக்கே தெரியும்."

"இல்லை. ஒருத்தருத்தொருத்தர் இப்படிப் பரிமாறிக் கொள்வதற்காக நான் சொல்லவில்லை. என்னைச் சமாளிப்பது கொஞ்சம் கஷ்டம்தான். நீயும் உன் தம்பியும் இப்படிக் கொஞ்சம் இடமாற்றலாய் எங்கேயாவது போய் இருந்துவிட்டு வாருங்களேன்."

"அடேயப்பா, ரொம்ப ரொம்பக் கோவம்போல இருக்கு! எனக்குப் புகலிடம் ஏது? உங்களுக்கே தெரியும் நானும் தம்பியும் அனாதையென்று."

"அந்த ஒரே காரணத்தால் உன்னை நான் கலியாணம் பண்ணிக்கொண்டது தப்புத்தானே! எனக்கு ஆதரவை முக்கியமாய் நினைத்து உன்னை மணந்தது உன்னை ஏமாற்றியதுபோல் தானே! உனக்குத் திக்கில்லாததை என் சௌகரியத்திற்காக உபயோகித்துக் கொண்டுவிட்டேன். ஆனால் நானும் திக்கில்லாதவன்தான். அதனால் என் காரியம் எனக்கே தெரியவில்லை."

"அதெல்லாம் ஒண்ணுமில்லை" என்றாள். குருடனைக் கலியாணம் பண்ணிக்கொள்ள திக்கென்று தானிருந்தது. ஆயினும் அவளும் அவள் தம்பியும் மானமாய்க் காலம் தள்ளுவதே தவிப்பாயிருந்த சமயத்தில் தனக்கு இடம் அந்தஸ்து எல்லாம் கொடுத்துதவியதை மறக்கமுடியுமா? எவ்வளவு நல்லவர்! கண்ணொன்றில்லை தவிர மற்றெதில் அவரிடம் குறை?

ஆயினும் அவள் மனதில் தோன்றியது நன்றியா அல்லது ஆசையா?

சே, என்ன சங்கடமான கேள்வியெல்லாம் கேட்கிறது இந்தக்குழந்தை!

கொஞ்சநாழி ஜன்னலுக்கு வெளிப்பக்கமாய் முகத்தைத் திருப்பிக்கொண்டிருந்தாள்.

"உனக்கு ஒரு மூத்தாள் இருந்தாள் என்று உனக்குத் தெரியுமோ?"

அவளுக்குத் தூக்கிவாரிப் போட்டது. தனக்க மூத்தாளிருக்கும்படி அவருக்கு அவ்வளவு வயதாகிவிட வில்லையே! இன்னமும் இருக்கிறாளா? அவரைப்பற்றி அவளுக்கென்ன தெரியும்?

"எங்கள் கலியாணம் கிராமாந்தரக் கலியாணம். அவள் பிறந்த வீடு அடுத்த தெருவுதான். எனக்குக் கண் போவதற்கு முன்னாலேயே கலியாணம் நடந்துவிட்டது. என் தகப்பனார் வைதீகம். சாரதா சட்டம் அமுலுக்கு வருமுன்னர் அதைச் சபித்துக்கொண்டு நடந்த அவசரக் கலியாணம். எனக்கு அவளை என் கண்ணிருக்கையிலேயே சரியாய்க் கண்ட நினைவில்லை. எல்லாவற்றையும் மறைத்த ஓமப்புகையும் வைதீகக் கூட்டமும்தான் ஞாபகமிருக்கிறது.

ஆனால் கலியாணமான பிறகுதான் குட்டு வெளியாயிற்று. பெண்ணுக்குப் பேச்சுக் கொச்சையாய்க்கூட வரவில்லை. படு ஊமை. அத்துடன் படு செவிடு. குண்டுபோட்டாலும் காது கேட்காது. அவள் பண்ணின பாவம் ஏக பாப ஜன்மங்கள்!

அப்பாவுக்கு சம்பந்திமேல் குரோதம் பிறந்துவிட்டது. தன் அவசரத்துக்குத் தகுந்தாப்போல் தன்னை சம்பந்தி ஏமாற்றிவிட்டதாக எண்ணிக்கொண்டு விட்டார். சீர்வரிசை யெல்லாம் அப்படியே திருப்பினார். பெண்ணோ, பெண் வீட்டாரோ தன் வாசல்படி மிதிக்கக்கூடாது என்று தீர்த்துச் சொல்லிவிட்டார். எங்கப்பா முரடு. கிராமத்துக்குப் பெரிய மனுஷன் என்றும் பெயர். அப்புறம் கேட்பானேன்!

எனக்கென்ன அப்போ தெரியும்? அப்பா எனக்கு மறுமணம் செய்வதாய்க்கூட யோசித்துவிட்டார். ஆனால் அதற்குள் நான் என் கண்ணை அவித்துக்கொண்டது, அவர் மூக்கை அறுத்தாற்போலாயிற்று.

என் மாமனாருக்கும் சந்தோஷந்தானோ என்னவோ, "வேணும் அந்தப் பயலுக்கு. குருட்டு மாப்பிள்ளைக்கு ஊமைப்பெண் குறைந்து போயிற்றா?" என்று பதட்டமாய் பேசிவிட்டார். இரு குடும்பங்களுக்குமிடையில் வைரம் முற்றிற்று.

நான்

குருடர்களின் உலகம் குறுகிவிடுகிறது. நினைத்தவிடம் போகமுடியுமா, வரமுடியுமா, நாலுபேருடன் இஷ்டப்பிரகாரம் சேரமுடியுமா? எல்லோரும் எவ்வளவோ பிரியமாய் இருந்தபோதிலும், அவர்களின் இரக்கம் ஏளனமாய்த்தான் படுகிறது அவர்களுக்கிருப்பது எனக்கிருக்கிறதா?

ஆகவே, எப்பவும் நான் தன்னந்தனியன்தான். நான் வீட்டிலில்லாத வேளையில், வேளையில்லாத வேளையிலும்,

குளக்கரையில் உட்கார்ந்துகொண்டு கல்லை ஜலத்தில் விட்டெறிந்து கொண்டிருப்பேன். அதுதான் என் வீட்டுக்குக் கிட்ட; அங்கு ஒருவரும் வருவதில்லை. அந்த ஜலம் ஸ்னானத்திற்கு உபயோகமில்லை. நான் எதற்கும் பயனற்றுப் போன பிறகு பதுங்குமிடம் அப்பயனற்ற குளக்கரைதான்.

நான் அங்கே உட்கார்ந்துகொண்டு என்னென்ன நினைத்திருப்பேன் என்று கேட்டால் எனக்கு நிச்சமாய்ச் சொல்லத் தெரியாது. வயது ஏறஏற கூடவே ஊறும் வேதனை இன்னதென்று நிச்சயமாய் எங்கே தெரிகிறது?

ஒருநாள் பகல் பன்னிரண்டு மணிக்கு மண்டையைப் பிளக்கும் வெய்யிலில் அங்கு உட்கார்ந்துகொண்டிருந்தேன்.

பின்னால் யாரோ நிற்பதுபோல் திடீரென்று தோன்றிற்று.

"யாரது?" பதில் இல்லை. பகீரென்றது, ஆனால் பயத்தால் இல்லை.

யாரது? என்மேல் ஒரு கை பட்டது முரட்டுத்தனமாய் அக்கையைப் பற்றி இழுத்தேன். அவள் சாயும் கனம் தாங்காது அப்படியே நான் சாய்ந்தேன். பிடித்திழுத்த வேகத்தில் நிலையிழந்து அவள் என்மேல் விழுந்தாள். ஒரு பெரும் மூர்ச்சை எங்களிருவர் நினைவையும் அடித்துச் சென்றது. எனக்கு அப்பொழுது வயது பதினெட்டா?

யாரது? என்ன அர்த்தமற்ற கேள்வி என் கேள்வி?

அன்று முதல் நாங்கள் என்னென்ன பேசினோம்? என்ன பேச முடியும்? பேச என்ன இருக்கிறது? எங்கள் பச்சை நரம்பில் துடிக்கும் ரத்தத்தின் படபடப்புத்தான் எங்கள் பாஷை. நான்தான் பச்சை பச்சையாய் சொல்கிறேனே! எனக்கு இஷ்டமானதெல்லாம் பச்சையாய்க் காண விரும்பும் ஒரு இஷ்டத்தில், அன்று முதல் அவளுடன் கழித்த வேளைகளெல்லாம் பச்சையாயின. பச்சைப்பகல், பச்சையிரவுகள்.

நான் இப்பவும் யோசிக்கிறேன், நாங்கள் புல்லிய வேகத்திலேயே எங்கள் எலும்புகள் நொறுங்கி இருவருக்கும் ஒரே சமயத்தில் ஏன் சாவு சித்திக்கவில்லை? அச்சாலே புதுப் பிறப்பாகியிருக்கும். அல்லது இரவிலோ பகலிலோ குறைவிலாது நடமாடும் பூச்சி பொட்டுக்கள் ஏன் பிடுங்கிக் கொல்லவில்லை? அல்லது துர்த்தேவதைகள், வாயிலும் மூக்கிலும் செவியிலும் ரத்தம் குபுகுபுக்க அறைந்து ஏன் எங்கள் உயிர் குடிக்கவில்லை?

விதி! விதி!! விதி!!!

இதெல்லாம் நிஜமாக நடந்திருக்க முடியுமா? ஒரு ஒரு சமயம் என்னையே கேட்டுக் கொள்கிறேன்.

நடக்கிறதே, என்ன சொல்கிறாய்? என்று அவள் உருவம் என் மனதில் பச்சையாய் எழுந்து அவள் ஊமை வாய் என்னைக் கேட்கிறது.

குளக்கரையில் பசும் புற்றரையில் நாள் தவறாது உட்கார்ந்து உட்காந்து என்னுள் ஊறிய பச்சைத்தாபமே என்னையுமறியாது மாறிமாறித் தோன்றும் குருட்டுக் கனவாயிருந்தாலோ? "ஓஹோ, நீ கண்டது குருட்டுக் கனவானால் நான் கண்டது ஊமைக் கனவா?" என அவள் உரு, என் காணாத கண்கள் காண, பேசாத வாயால் என்னைக் கேட்கிறது. எல்லாமே கனவாயின் பின் நேர்ந்தனவும் கனவா?

பின் நேர்ந்த நனவின் முந்தைய இரவு இப்பொழுது என் முன் எழுகிறது. சித்திரையின் சந்திரிகையாம் ரொம்ப உசத்தியாமே? அப்படித்தானா?

நிலவின் ஒளி கூட கண்ணு உறுத்துமோ? ஏனெனில் என் கைமேல் இரண்டு சொட்டுக்கள் கண்ணீர் உதிர்ந்தன. என் கைகள் அவள் கண்களைத் தேடின. அவள் என் கைகளைப் பற்றித் தன் வயிற்றில் வைத்துக் கொண்டாள். அவள் பச்சை வயிறு ஏன் கொதித்ததோ? என் மேல் சாய்ந்திருந்த அவளுடல் விம்மிக் குலுங்கிற்று. அவளைவிட நான் துர்பாக்கியசாலியா? என்னைவிட அவளா? யார் அறிவார்? ஏனோ?

இன்றில்லாவிடினும் என்றேனும் நீ எனக்குச் சொல்ல வேண்டும். தூங்குவதற்கும் விழித்திருப்பதற்கும் என்ன வித்தியாசம்?

எனக்கு இரண்டு ஒன்றாயிருக்கிறது. எப்பவும் இருள் தான். வெய்யில் உடலில் உறைத்தால் அது பகலா? அப்புறம் வெய்யிலில்லாது, தெருக்குறட்டில் நான் கட்டிலில் படுத்துவிட்டால் அது இரவா? இப்பொழுது நான் தூங்குவதாக அர்த்தமா? தூக்கம் நிஜமா? விழிப்பு நிஜமா? தூங்குகிற சமயத்திலாவது உருவமற்ற உருக்கள் என் கண்ணுள் தோன்றி மறைகின்றன. என் பெண்டாட்டி ஏன் இன்று அழுதாள் என்ற கேள்வியே உருவமற்ற உருவாய் எனக்குத் தோன்றுகிறாற் போலிருக்கிறது. ஆகையால் நான் தூங்குகிறேனா விழித்துக் கொண்டிருக்கிறேனா என்றெல்லாம் யோசித்துக் கொண்டிருக்கும் அரை நினைவு நிலையில் வாசல் கதவை யாரோ தடதடவென்று அவசரமாய்த் தட்டினார்கள்.

"என்ன:" என் தகப்பனார் அலறியடித்துக் கொண்டு உள்ளிருந்து ஓடி வந்தார்.

"சமாசாரம் கேட்டியோ? உன் நாட்டுப் பெண் திடீர்னு செத்துப்போயிட்டாளாம்" அப்பா மேல்துண்டு போட்டுக் கொள்ளவும் மறந்து அவசரமாய் அவர்களுடன் ஓடினார்.

நான் தெரியாத கண்ணைத் திறந்த வண்ணம், கட்டிலில் அசைவற்றுப் படுத்துக் கொண்டிருந்தேன். ஒரு விஷயம் நன்றாகப் புலனாயிற்று. விடிந்துவிட்டது. ஆகையால் நான் விழித்துக் கொண்டுதானிருந்தேன். என் கண்ணில் பொட்டு ஜலம்கூட இல்லை. சற்றுநேரம் பொறுத்து யாரோ இருவர் என்னைப் பிடித்து மாமனார் வீட்டுக்குக் கூட்டிச் சென்றனர். எப்படிப்பட்ட மாப்பிள்ளை வருகை! கூடத்தில் பிணத்தைக் கிடத்தி இருந்தது. கையில் மண்செப்பில் அவள் குடித்ததுபோக பாக்கிச்சாறு எஞ்சியிருந்தது. அந்தச் செப்பைத் தொட்டேன். பிறகு அவள் உதட்டைத் தொட்டேன். பச்சையாய்த்தானிருக்கும் வீட்டுக் கொல்லைப்புறத்தில் வைத்தியத்திற்காக வேண்டிய விஷப்பூண்டு ஏதோ பயிரிட்டிருக்கிறது எல்லோருக்கும் தெரிந்த விஷயம்.

விஷத்தை அப்படியே பொசுக்க முடியவில்லை. புதுமணியக்காரர் ஊருக்குப் புதிசு. கொஞ்சம் பயந்த பேர்வழி, யாருக்கும் தெரியாமல் அவரே பக்கத்தூரிலிருந்து போலீஸ், டாக்டர் எல்லாம் அழைத்துக் கொண்டு வந்துவிட்டார். ரண வைத்தியர் பிணத்தின் வயிற்றைக் கிழித்தார்.

வயிற்றில் மூன்று மாதத்து சிசு.

ஊரே பற்றி எரிந்தது. அப்பா நடுங்கிப்போனார். இதைத்தான் தெரிவிக்க முயன்றாளோ? இதுதான் அவள் தெரிவிக்க முயன்றபோது எனக்குத் தெரியவில்லையோ? ஒரு வேளை தெரியாமலிருப்பதே மேலென்று உயிரை மாய்த்துக் கொண்டாளோ? தெரிந்துதான் நான் என்ன செய்ய முடியும்? ஏற்கெனவே குருடு இத்துடன் பெரியவர்களின் ஆசி பெறாத குழந்தை பிறந்த அவமானத்தையும் சுமத்துவானேன் என்ற எண்ணமோ? இத்தனைப் பகை நடுவில் பயிரான உறவைப் பாதுகாப்பதில் சட்டென்று சலிப்பேற்பட்டுவிட்டதோ? நாங்கள் பாபத்தையிழைத்து விட்டோம் என்ற பயமோ? இல்லை எங்கள் ரகசியம் எங்களிருவரோடு மட்டும்தான் இருக்கவேண்டுமென்று, அது பஹிரங்கமாகுமுன் அவள் இவ்வுலகை விட்டுப் புறப்படத் தீர்மானித்துவிட்டாளோ? இந்த உறவு உருப்படப் பிறக்கவில்லை என்று உணர்ந்தாளோ?

'அந்தக் குழந்தை என்னுடையது' என்று நான் சொல்லியிருந்தாலோ கதை முடிவில் விடுபடும் புதிர்போல், எல்லாம் வெளியாயிருக்கும். இந்த மூன்று மாதங்களும்

ஊரின் பொது சொத்தாயிருக்கும். அவள் நினைவு எனக்கே சொந்தமாயிருத்தல்தான் எனக்கிஷ்டம். என் சுயநலத்தால் நான் பயங்கொள்ளயாயிருந்துவிட்டுப் போகிறேன். அவள் பெயருக்கு விழுந்த களங்கம் நீங்காவிட்டாலும் பரவாயில்லை. உயிருடனிருந்த சமயத்தில் எங்கள் பாரத்தைக் குறைக்க யார் என்ன செய்துவிட்டார்கள்? செத்த பிறகு அவள் தலையில் பூச்சூடாவிட்டால் பரவாயில்லை. உயிர்நிலையின் ஒரே மூச்சுப்போன்ற அம்மூன்று மாதப் பச்சைக்கனவின் மிச்சம் – நான் தான்.

இருந்தும் ஓரோரு சமயம் என் மனம் அக் கொலையுண்ட குழந்தைக்கு ஏங்குகிறது. அது உயிருடன் இருந்தால் எனக்கு ஆறுதலாயிருக்குமோ?

இது எவ்வளவு அசட்டுத்தனமான யோசனை? எனக்கு உடனே தெரிகிறது. அது உயிருடனிருந்தால் அவளும் உயிருடனிருக்கமாட்டாளா? ஒன்றினின்று மற்றொன்றைப் பிரித்துச் சிந்திப்பது எவ்வளவு அர்த்தமற்று இருக்கின்றது! அவள் போனால் அக்குழந்தையும் போகவேண்டியதுதான். இம்மனத்தின் நிலையை என்னென்று சொல்வது?

அவள் மனதில் முடங்கிக் கிடந்த பாசம் எழுந்த ஆவேசத்தில் தொண்டையை முண்டியது. குறிச்சியில் சாய்ந்தபடியே அவனை அப்படியே அணைத்துக் கொண்டாள்.

“நான்நான்”

திடீரென்று மனம் குழைந்த கனிவில், அது மான வெட்கத்தைவிட்டது.

“இதுக்கென்ன நமக்கு வரவருஷம் குழந்தை பிறக்காதா?” என்றாள். அந்த யோசனை அவள் மனதில் உறுத்தும் குறைக்கு ஆறுதலளித்தது.

“ஆம், வாஸ்தவம்தான், ஆனால் பெண்ணாய் பிறக்க வேண்டும். பெண்ணுக்கு நல்ல பேர் வைக்கவேண்டும்.”

“என்ன பேர் வைப்போம்?” என்று ஆசையின் அதிசயிப்புடன் கேட்டாள்.

அவன் கண்கள் காணும் ஒளியைப் பெற்றன போல் விரிந்தன.

“பச்சை.”

அபூர்வ ராகம்

வீணையின் ஸ்வரக் கட்டுகளை விருதாவாய் நெருடிக் கொண்டிருக்கையில், திடீரென்று ஒரு வேளையின் பொருத்தத்தால் ஸ்வர ஜாதிகள் புதுவிதமாய்க் கூடி ஒரு அபூர்வ ராகம் ஜனிப்பதுபோல், அவள் என் வாழ்க்கையில் முன்னும் பின்னுமிலாது முளைத்தாள்.

இல்லாத சூரத்தனமெல்லாம் பண்ணி, கோட்டையைப் பிடித்து ராஜகுமரியைப் பரிசிலாய் மணந்த ராஜகுமாரனைப்போல் நான் அவளை அடைந்துவிடவில்லை. நாங்கள் சர்வசாதாரணமாய், பெரியோர்களால் நிச்சயிக்கப்பட்டு அவர்கள் மூன்று நாள் முன்னதாகவே வந்து நடத்திவைத்த முகூர்த்தத்தில் மணந்து கொண்டவர்கள்தாம். ஆகையால் இறுதி செய்யாத செயலையோ, நம்பாத விஷயங்களையோ தேடி அலையவேண்டாம்.

நான்...

முதலில் என்னைப் பற்றிச் சொல்லிவிடுகிறேன்.

வாழ்க்கையில் என் லஷியம் என்னவென்றால் ஒன்றும் செய்யாமல் இருப்பதுதான்.

எனக்குக் கால்நடையாய் ஊர்களைச் சுற்ற வேண்டுமென்று ஆசை. மூட்டையில்லாமல், முடிச்சில்லாமல் கண்டவிடத்தில் அகப்பட்டதைத் தின்று கையலம்பிவிட்டு, வாசல் திண்ணையிலோ, மரத்தடியிலோ படுத்துறங்கிவிட்டு,

மேகங்களைக் குன்றுகள் தடுத்து குடங்குடமாய் மழை கொட்டும் மலைநாட்டின் கமுகுச் சோலைகளையும், மாடுகளைப்போல் மந்தை மந்தையாய் யானைகள் மேய்வதையும் பார்க்க வேண்டும். அசைவற்ற மனதின் அமைதி நிறைந்ததாய் பார்த்தவர்கள் சொல்லிக்கொள்ளும் கன்யாகுமரியின் கடற்கரையில், ஓங்கி நிற்கும் மணற்குன்றுகளில் ஒன்றின்மேல் உட்காந்துகொண்டு, சூர்யாஸ்தமனத்தைப் பார்க்கவேண்டும் என்று ஒரு ஆசை.

நான் மொத்தத்தில் வேண்டுவது, ஒன்றும் வேண்டாம் என்பதே. இதனால் எனக்கு உலகத்தில் வெறுப்பு அல்லது

ஞானப் பைத்தியம் பிடித்துவிட்டது என்று இல்லை. எனக்கு வாழ்க்கையில்தான் பற்று. அதைவிட்டால் வேறு நம்பிக்கையில்லை. கண்கண்டதில் நம்பிக்கையில்லை. அதைத் தள்ளிவிட்டுக் காணாததைத் தேடி எப்படிப் போவேன்?

ஆனால் என் இஷ்டப்படி இவ்வுலகத்தை அனுபவிப்பதில்தான் எனக்கு ஆசை. இந்த மிருகத்தனம் என்னுடனே பிறந்து விட்டதென்று நினைக்கிறேன்.

என்னுடலில் என் அப்பனின் மிருக ரத்தம் ஓடிற்று என்று நினைக்கிறேன். என் அப்பன் ஒரு உதவாக்கரை, ஓடுகாலி, சீட்டாட்டம், புகையிலை, கஞ்சாக்கூட உண்டாம். கிளியை வளர்த்துப் பூனைக்குக் கொடுத்த மாதிரி என் தாய் என் அப்பனுக்கு வாழ்க்கைப்பட்டுவிட்டாள்.

என் அப்பன் தோற்றம் எப்படி என்றுவட அறியேன். நான் வயிற்றில் ஆறுமாதமிருக்கையிலேயே வீட்டைவிட்டு ஓடிப்போனவன் இன்னமும் திரும்பி வரவில்லை.

என் தாய் இன்னமும் குங்குமம் அணிந்துகொண்டு தானிருக்கிறாள். இருந்தும் என் அப்பனின் கதி, நாங்களிருவரும் ஒருவருக்கொருவர் வெளியிட்டுக்கொள்ளாது உள்ளூர வேதனைப்பட்டுக் கொண்டு என்றும் தீராததோர் சந்தேகம்.

எப்பவுமே அப்படித்தானாம். திடீர் திடீரென்று வருவது, அகப்பட்டதைச் சுருட்டிக் கொள்வது, உடனே ஓடவேண்டியது. அப்படியும் எனக்குமுன் நான்கு பிறந்து இறந்துவிட்டன. நான் மாத்திரம் தங்கிவிட்டேன்.

பணத்தென்போ, மனிதத்துணையோ இல்லாது என்னை வளர்த்து, படிக்கவைத்து, உலகத்தாரோடு ஒருவனாய்ச் சமமாக்கிய மகத்தான பெருமை என் தாயைச் சேரும். அவளில்லாது நானில்லை.

இருந்தும், தன் கடமையைச் செய்யத் தவறி, நான் என் கண்ணாலும் கண்டிராத என் தகப்பனைத்தான் என் மனம் நாடிற்று. அடிக்கடி அவனைப்பற்றிச் சிந்திப்பேன், நான் தலையைச் சாய்த்துக் கொண்டு யோசிக்கையில் அப்படியே என் அப்பன் மாதிரியிருக்கிறதென்று அம்மா சொல்வாள்.

என் தாயிடத்தில் எனக்கு மரியாதை, நன்றி.

ஆனால் என் அப்பனிடந்தான் ஆசை.

காரணம்? காரணமேயில்லாத சில வேடிக்கைகள் உலகத்தில் இருக்கின்றன. உலகத்தில் தன்னைப் படாதபாடு எல்லாம் படுத்தி வைத்த கடவுளிடத்தில் அம்மாவுக்கு அபார பக்தி, பூஜை, புனஸ்காரம், பட்டினி, பலகாரம், ஆசாரம்,

அனுஷ்டானம் எல்லாம் அமர்க்களம். நாள் கிழமை வந்தால் வயிற்றில் சோறு விழுவதற்குள் விழிகள் மலையேறிவிடும். அம்மா பட்டதில் கால்பங்கு கூட பட்டிராத எனக்கு மாத்திரம் ஏன் பக்தியில்லை.

அவளுக்கு எவ்வளவு மறு உலகத்தில் நம்பிக்கையோ அததனைக்கத்தனை என் மனம் இங்குதான் ஊன்றி நின்றது. எதற்குச் சொல்ல வந்தேன் என்றால், எப்படியோ அம்மா இருக்கும்வரை, அவளுக்கடங்கி சமர்த்துப்பிள்ளையாய் இருந்துவிட்டு, அவள் கடன் கழிந்ததும், உதறித் தோளில் போட்டுக்கொண்டு, ஊரை விட்டுக் கிளம்பிவிடக் காத்திருந்தேன்.

ஆயினும் அம்மா என்னைச் சும்மாவிடும் வழியாயில்லை. ஜாதகங்களைப் போட்டுப் புரட்டிக்கொண்டு இருந்தாள்.

ஆரம்பத்தில் ஜயம் என் பக்கம்தான் இருந்தது. லேசில் ஜாதகம் ஒத்துக்கொள்ளவில்லை. (நம் ஜாதகம்தான் அலாதி ஜாதகமாயிருக்கிறதே!) அப்படியே ஒன்றிரண்டு பெண் பார்க்கப்போனவிடத்தில் குற்றங்குறை சொல்லித் தப்பித்துக் கொண்டேன். அம்மாவுக்கும் அலுத்துவிட்டது.

அப்புறம் ஒரு ஜாதகம் வந்தது. பொருத்தம் ஏதோ சுமார்தானாம். அம்மாவுக்கு அவ்வளவு திருப்தியில்லை. பெண் அமாவாசையில் ஜனனம். “பெண் பார்க்கப் போவோமா?” என்றாள். என் பதில்தான் எப்பொழுதும் என்னிடம் தயாராய் இருக்கிறதே, ‘பிடிக்கவில்லை’ என்று ஆகையால் பெண் பார்க்கப் போனோம்.

நீலம் உடுத்தி, இரை தின்ற பாம்புபோல் கனத்துப் பின்னல் முழங்காலுக்கும் கீழ்தொங்க, நிமிர்ந்த தலை குனியாது, சமயலறையினின்று வெளிப்பட்டு வந்து நமஸ்கரித்து மையிட்ட கண்களை ஒரு முறை மலர விழித்து, புன்னகை புரிந்து நின்றாள்; அவ்வளவுதான்.

அவள் தான் நான் கண்ட அபூர்வராகம்.

சில விஷயங்கள் நடந்துவிடுகின்றன. காலகாரணங்களற்று அவை நேர்ந்ததற்கு நேர்ந்ததுதான் சாக்ஷி.

அம்மாதிரி முன்னும் பின்னுமற்றது, எங்கள் சந்திப்பும் வாழ்வும், அவள் அத்துடன் விடவில்லை. கணீரென்று “உப்பு சரியாயிருந்ததோ? நான்தான் பண்ணினேன்” என்றாள்.

அம்மாவுக்குத் தூக்கிவாரிப் போட்டது. அவள் வீட்டாருக்குக்கூட முகம் மாதிரியாய்ப் போய்விட்டது. திடீரென்று எல்லோர் முகத்திலும் வழிந்த அசடைக்கண்டு எங்களிருவருக்குந்தான் சிரிப்புத் தாங்க முடியவில்லை.

கையைக் கொட்டிக் கலகலவென்று நகைத்து சமயலறைக்குள் மறைந்தாள்.

அம்மாவுக்கு இந்த சம்பந்தம் பிடிக்கவில்லை. "ஏண்டா? இவளைவிட எவ்வளவோ ரம்பைகளைத் தள்ளிவிட்டாயே, இவளிடம் என்னடா கண்டுவிட்டாய்? கன்னங்கரேலென்று தொட்டால்கூட ஒட்டிக்கொள்ளும் போலிருக்கிறாள்."

"ஏனம்மா, நான் சிவப்பாயிருக்கிறேனென்று என் நிழல் எனக்காகச் சிவப்பாயிருக்கிறதா? இல்லை, அது கறுப்பாயிருக்கிறதென்று அதைத் தனியாய் அறுத்துத்தான் எறிந்துவிடுகிறதா? அது மாதிரி அவள் எனக்காகவென்றே பிறந்திருக்கிறாள்."

"அதுவும் அமாவாசையாய் பார்த்தா?"

"எத்தனையோ நாட்களில் ஒன்று."

"மயிர் எவ்வளவு நீளம் பார்த்தையா? வீட்டுக்கு ஆகாதென்று சொல்லுவார்கள்."

"அதெல்லாம் மயிர் கட்டையாயிருக்கும் பொம்மனாட்டிகள் அஸிகையில் சொல்லும் பேச்சு"... (சபாஷ்! எனக்குக்கூட இவ்வளவு சாமர்த்தியமாகப் பேச வருகிறதே!)

"பாடக்கூடத் தெரியவில்லையேடா."

"அவளே ஒரு ராகம், அவள் தனியாய்கூடப் பாடணுமா?"

"என்னடா வெட்கமில்லாமல் பிதற்றுகிறாய்? எல்லாம் கிடக்கட்டும் என்றாலும் என்னதான் இந்தக் காலத்துப் பெண் என்றாலும் பத்துப் பேர் நடுவில் கூடத்தில் லஜ்ஜையே யில்லாமல் பஜ்ஜிக்கு உப்புப்போதுமா என்று கேட்டுதே! ஏதேது இப்பவே இப்படியிருந்தால் போகப்போக ஊரையே விற்றுவிடுவாள் போலிருக்கே..!"

"அவள் பேசவில்லை அம்மா ராகம் பேசுகிறது. அபூர்வராகம். அரங்கேற்றுபடி கஷ்டம்தான். இதோ பார், நான் கலியாணம் பண்ணிக்க வேண்டுமென்றிருந்தால், அதுவும் உனக்காகத்தான் பண்ணிக்கணும். அவளைத்தான் பண்ணிக்கொள்வேன். இல்லாவிட்டால்.."

ஆகையால் எங்களிருவருக்கும் மணம் நடந்தது.

இனிமேல்தான் சிரமம்.

நாங்கள் இன்னமாதிரி இருந்தோம் என்று சித்தரிக்க மேற்கொண்ட இம்முயற்சி, கேவலம் ஒரு புருஷன் பெண்ஜாதியின் அந்தரங்க வாழ்க்கையை அம்பலமாக்கும் விரஸமாய் முடியுமா, அல்ல எங்கள் இளமையின் புதுமையில் வாழ்க்கையையே ஒரு

மஹா சங்கீதமாயும் அதில் அவளை ஒரு அபூர்வராகமாயும் பாவித்து, அதன் சஞ்சாரத்தை உருவாக்கும் வசன கவிதையாக அமையுமோ அறியேன்.

வாஸ்தவத்தில் இவ்வரலாற்றில் என் பாத்திரம் எவ்வளவு முக்கியமானதென்று எனக்கு இன்னமும் நிச்சயமாகவில்லை. நான் இப்பொழுதிருக்கிற மாதிரி அப்போதில்லை. முன்னைவிட எனக்கு இப்போது 'நாகரீகம்' முற்றிவிட்டது! என் உடலில் ஓடிய என் அப்பனின் மிருகரத்தம் சுண்டிவிட்டது. நானும் என் தாயின் இஷ்டப்படி எல்லோரும்போல் ஆகிவிட்டேன். பாழடைந்த கோவிலில் மூலவர் மேல் எலியும் பெருச்சாளியும் ஓடுவதுபோல் என்மேல் பேரன் பேத்திமார் ஏறி விழுந்து விளையாடுகின்றனர். கடன், வியாதி, கவலை, குடும்பம் எல்லாம் பெருத்துவிட்டன. இத்தனைக்கும் இடையில் நான் அவளைப்பற்றி நினைப்பதுமில்லை. ஆயினும் ஏதாவது ஒரு சமயம், இப்பொழுது நடக்கும் ஏதேனும் ஒரு சம்பவம் பழைய நினைவுகளைக் கிளப்பிவிட்டு, நெஞ்சு படபடக்கையில் அது பழைய ரத்த வேகத்தில் சாயையோ அல்லது வயதான கோளாறுதானோ என்று சந்தேகமாயிருக்கிறது.

அபூர்வ ராகம், அதே வக்கரிப்பு, பிடாரன் கை பிடிபடாத பாம்புபோல், அபாயம் கலந்த படபடப்பு, ஸ்வரஸ்தானங்கள் பிடிபடாது, பழகப்பழக எல்லையற்றதுபோல், நடையுடை பாவனைகளில் சிந்தும் ஒரு கவர்ச்சி, வேட்டையில் வேடுவன் மேல் பாயத் திரும்பிய மிருகம்போல் பயந்த ஒரு முரட்டுத்தனம், சிலிர்சிலிப்பு.

அவள் அம்மாவை மயக்கிவிட்டாள். அம்மாவுக்கு வேண்டிய பணிவிடை, பக்தி, ஆசாரம் எதிலும் குறையவில்லை. வந்த புதிதில் ஏதோ ஒரு விசேஷ தினத்தன்று படங்களுக்குச் பூச்சூட்டி விளக்கு ஏற்றி, எதிரில் நிவேதனங்களை வைத்துக்கொண்டு அம்மா, ஒவ்வொரு நாமமாய், அக்ஷர சுத்தமாய் சாவதானமாய்ச் சொல்லி அர்ச்சித்துக் கொண்டிருக்கையில், என் வயிற்றில் பசி எலிபோல் பிராண்டுகையில், அவள் கண்களை மூடி கற்பூரக் கொழுந்தென அசைவற்று நிற்கும் பரவசம் கண்டு பகீரென்றது. அம்மா ஏதோ காரியமாய்ப் பின்கட்டுக்குச் சென்றதும் சமையலறையில் நுழைந்தேன்.

"நான் ஒரு பாவி" என்று ஆரம்பித்தேன்.

மூடுசூளையாய்ப் பேசுவதிலேயே எனக்கு ஒரு ஆசை, நான் இதுவரை அவளுடன் பளிச்செனப் பேசியதில்லை. மிருகங்கள் வாய் திறவாது ஒன்றையொன்று புரிந்து கொள்வதுபோல், நாங்கள் அர்த்தமற்ற, அல்ல அர்த்தம் மறைந்த வார்த்தைகளைப்

பேசியே ஒருவரையொருவர் அர்த்தம் கண்டு கொள்வதில் ஒரு இன்பம்.

"நான் ஒரு பாவி" என்றேன். மறுபடியும் விழித்தாள்.

"இது ஒரு புண்ணிய நாடு. காரைக்காலம்மையார், மங்கையர்க்கரசி, சக்குபாய், மீராபாய், அகமுடையான்களைக் கரையேற்றிய புண்ணியவதிகள் பிறந்த நாடு" என்றேன்.

"என்னை மறந்துவிட்டீர்களே!" என்றாள்.

"ஆம், நான் ஒரு பாவி. நல்ல வழிகாட்ட ஒரு நல்ல மனைவியிருந்தும், கரையேற இயலாது தவிக்கிறேன். எனக்குக் கிடைத்திருக்கும் பாக்கியம் எனக்குத் தெரியவில்லை. பசி கண்ணை மறைக்கிறது. என்னை ஆட்கொள்ளல் வேண்டும்."

"பக்தரே உம் பசியை மெச்சினேன். நான் தொழும் கடவுளை உமக்குக் காண்பிக்க யாதொரு ஆட்சேபணையுமில்லை."

"எங்கே? எங்கே? என் பூனைக் கண்ணுக்குத் தெரியவில்லையே!" என்று இரு கைகளையும் நீட்டிக்கொண்டு, மிரளமிரள விழித்துப் பிரலாபித்தேன். "அவர் தூணிலுமிருப்பாரா? துரும்பில்தான் இருப்பாரா?"

"இல்லை, வெண்கலப் பானையிலிருக்கிறார்" என்று சிப்பல் தட்டை நீக்கி உள்ளிருக்கும் சக்கரைப் பொங்கலைக் காண்பித்தாள்.

"ஹாஹா! தரிசித்தேன்! என் வாயில் ஆனந்த பாஷ்பம் ஊறுகிறதே! சுருக்க அவரை இலையில் வட்டியுங்கள். வட்டித்து விடுங்கள்! அவருடன் நான் கலக்க முடியாவிட்டாலும், அவர் என்னுடன் கலந்து விடட்டும்."

"பக்தரே, பதறாதீர்! புண்ணியவதிகளுக்கும் பசிக்கும் என்பதை மறந்துடாதீர்" என்று அவள் என்னைக் கையமர்த்தி விட்டு, இரண்டு விரலால் ஒரு கவளம் வழித்து வாயில் போட்டுக்கொண்டு விரலைத் தொண்டைவரைக்கும் கொடுத்து சப்பிய பொழுதுதான் எனக்கு நிம்மதி ஆயிற்று. இதுவும் ஒரு மிருகம்தான்.

மிருகம்! மிருகம்!! எத்தனை தடவை சொன்னாலும் அலுக்க மாட்டேன்கிறது. உயர்ந்த ஜாதிக் காட்டுமிருகம். நின்றவிடத்தில் நிற்கமாட்டாள். உடலையும் உள்ளத்தையும் மிஞ்சிய வேகம் அவளை அலைத்தது.

நாவற் பழம்போன்று பளபளக்கும் கண்களும், இயற்கையாகவே காரியங்களிலும், உடலிலும் விறுவிறுப்பும் சிற்சில சமயங்களில் உலகத்தின் மெதுவைத் தாங்கப்

பொறுமையற்று முகம் சுளிக்கையில் அதில் குறுகுறுக்கும் களையும்.

தொம்பங்கூத்தாடி சாட்டைபோல் தடித்து, முழங்காலுக்கும் கீழ் தொங்கும் பின்னலும்.

அபூர்வ ராகத்தின் ஜீவஸ்வரமாய் அவள் கூந்தல் விளங்கிற்று. பின்னாது வெறுமென முடிந்தால் ஒரு பெரும் இளநீர் கனத்துக்கு கழுத்தை அழுத்திக் கொண்டிருக்கும். பின்னலை எடுத்துக்கட்டினால், கூடை திராக்ஷையை அப்படியே தலையில் கவிழ்த்தது போலிருக்கும். நாங்கள் எப்படியும் தெருவில் போனால், திரும்பிப் பாராதவர் இல்லை. அதுவே லஜ்ஜையை உண்டுபண்ணும். அம்மாவுக்கு அம்மயிரைப் பின்னப்பின்ன ஆசை. விதவிதமாய்ப் பூ வாங்கி வைத்துப் பின்னுவாள். பின்னி முடிவதற்குள் தோள்பட்டை விட்டுவிடும். ஒவ்வொரு வெள்ளிக்கிழமையும் ஒருபாடு. தலைக்கு மாத்திரம் எண்ணெய் தனியாய்த் தேய்த்து, துணி துவைப்பதுபோல் அம்மிக்கல்லில் மேல் கூந்தலைக் குமுக்கி ஒரு கட்டையால் எண்ணெய்விட அடித்து அலசுவான். உலர மறுநாளாகும். கூந்தலை முடித்துப் படுக்க இயலாது. முடிச்சை அவிழ்த்துக் கட்டிலுக்கு வெளியே தொங்கவிட்டுத்தான் படுக்கவேண்டும்.

ஓரிரவு விழித்துக் கொண்டேன். மயிர் பெருந்தோகையாய் படர்ந்திருந்தது. மெதுவாய்த் தொட்டேன். சரியாப் மூன்றங்குல ஆழத்திற்குக் கை அழுந்திற்று. விடிவிளக்கின் மங்கிய வெளச்சத்தில் அதைப் பார்த்தால் ஏதோ எங்கேயோ, வறண்ட பூமியில் குன்றுகள் தடுத்துக் குடங்குடமாய்ப் பெய்ய ஏகமாய்த் தண்ணீரை ஏற்றிக் கொண்டு செல்லும் மேகம்போல்.

அவள் முகத்தில் தவழ்ந்த புன்னகையிலிருந்து அவள் விழித்துக்கொண்டு விட்டாளென்று கண்டேன். ஆனால் கண்ணைத் திறக்கவில்லை.

"என் கவி என்ன யோசனை பண்ணுகிறது?"

நான் அவளை ராகம் என்பதால் அவள் என்னைக் கவியென்று கேலி செய்வாள்.

"பெருத்த யோசனைதான்!"

"என்னவோ?"

"உன் மயிர் உன்னைவிடக் கறுப்பா, அல்லது நீ அதை விடக் கறுப்பா?"

கண்ணை விழிக்காது அவள் புன்னகை புரிவது எவ்வளவு அழகாயிருக்கிறது! சின்னக்குழந்தை தூக்கத்தில் சிரிப்பது போன்று.

"இந்த யோசனை கொஞ்சம் தாமதமாய் வருகிறது."

"ஏனோ?"

"என்னைக் கட்டிக்கொண்ட பொழுதே தோன்றியிருக்க வேண்டாமா?"

"உன் கறுப்பின் இருள் என் மனதில் புகுந்து, அந்தச் சாயத்தில் என்னைக் குருடாக்கி விட்டதே! ஆனால் எனக்கு வெளிச்சம் வேண்டாம். இவ்விருள் என் மனதில் எப்போதுமே நிறைந்து இருக்கட்டும்."

நான் அவள் பக்கமாய்ச் சாய்கையில், அவள் வைர மூக்குத்தி ஜ்வலித்தது. தாழம்பூவின் மணம் மனத்தை மயக்கியது. மூடிய கண்ணைத் திறவாது, அவள் என் கையை நாடி, விரலோடு விரல் பின்னி இழுத்து மார்பின் மேல் வைத்துக் கொண்டாள்.

"பாருங்கள், நான் கறுப்பாயிருந்தாலென்ன? என் இதயம் உங்களுடையது மாதிரியேதான் துடிக்கிறது. வேணுமானால்..."

"நன்றாகத்தான் துடிக்கிறது. கறுப்பாயிருப்பவர்களின் ரத்தத்திற்கே படபடப்பு அதிகம் என்று சொல்வார்கள். நான் கறுப்பாயில்லையே என்றுதான் எனக்கு இருக்கிறது."

"இரண்டு பேரும் ராகமாய்விட்டால் அப்புறம் ராகத்தை வாசிக்க யாராவது வேண்டாமா? அதனால்தான் என் கவி சிவப்பாயிருக்க வேண்டும். நான் ராகம் கறுப்பாகத்தானிருப்பேன். என்னைக் கட்டி வாசிக்கும் என் கவி சிவப்பாகத்தானிருக்க வேண்டும். கவிக்கு ராகம் வேண்டுமெனின் ராகத்திற்கும்தான் கவி வேணும்"

"நாம இருவரும் கொஞ்ச நாள் பிரிந்திருந்து பார்ப்போமே!" என்றேன்.

இப்போது சொல்லிவிடுகிறேன். இதுதான் எங்கள் வாழ்க்கையின் அடிப்படையான பெருங்குறை. எங்கள் ஒற்றுமை.

சில ஒற்றுமைகள் இருக்கின்றன. நாசத்திற்கே வித்தான பயங்கரமான ஒற்றுமைகள். காற்றுடன் நெருப்பு, விளக்கோடு விட்டில், மூங்கிலோடு மூங்கில்.

அவள் கண்கள் திறந்தன. படுத்திருந்த போதிலும் பாய்ச்சலில் பதுங்கிய சிறுத்தைப்போல் ஜாக்கிரதையானாள்.

"ஏன்? நான் என்னத்தைப் பண்ணிவிட்டேன்? என்மேல் என்ன கோபம்?" என்று கேட்கவில்லை.

"வெறுமனே, இருந்து பார்ப்போம்!" என்றேன். உனக்கு உன் பிறந்த வீட்டிற்குப் போக வேண்டுமென்று இருக்காதா? நீ எனக்கு வைத்திருக்கும் சூனியத்திற்கு எவ்வளவு சக்தி என்று நான் அறிந்து கொள்ள வேண்டாமா?

எனக்கே சரியாய்ப் புரியவில்லை. அவளை ஏன் பிறந்த வீட்டுக்குப் போகச் சொன்னேன்?

ஒருவர் சக்தியை ஒருவர் ஆழம் பார்க்க வேணுமென்றிருக்கலாம் மிருகங்கள் தங்கள் பலத்தை ஆராய்வது போல்.

அல்லது அவள் என் அருகில் இருப்பது கனிந்த தழலின் அழகைக் கையில் ஏந்தி அனுபவிக்க முயல்வது போன்றிருக்கலாம்.

இருந்தும், சொன்னதும் ஏன் சொன்னேன் என்று மனம் அங்கலாய்க்க ஆரம்பித்துவிட்டது. அவள் என்னைத் தகித்தாலும் அவளை விட்டுப் பிரிய மனம் வரவில்லை.

அரைக்கணம் ஒளி மங்கினாள் போலிருந்தது. இருந்தும் இங்குதான் இருப்பேன் என்று முரண்டவில்லை. அப்படிச் சொல்லமாட்டாளா என்று என் மனம் ஏங்கிற்று. ஆனால், அவள் விட்டுக்கொடுக்காமல் "அப்படியே போய்விடுகிறேன்" என்று விட்டுத் திரும்பிப் படுத்துக் கொண்டுவிட்டாள்.

அம்மாவுக்கு அவள் ஊருக்குப்போகும் காரணம் தெரியாது. எங்களுக்கே தெரியவில்லையே. ஏதோ சாக்குச் சொல்லி அவள் சகோதரனை வரவழைத்தாகிவிட்டது. வாசலில் வண்டி நின்றது.

என் அறைக்குள் வந்து நின்றாள். நான் ஒரு புத்தகத்தை வைத்துக்கொண்டு, மனம் அதில் அழுந்தாது, மும்முரமாகப் படித்துக் கொண்டிருந்தேன்.

"வருகிறேன்" என்றாள்.

மயிரைப் பளபளக்க அழுந்தவாரி நெற்றியில் நடுவகிடு எழுமிடத்திலும், புருவங்களுக்கும் மத்தியில், குங்குமமிட்டிருந்தாள். பவழமாலை அகஸ்மாத்தாய் மேலாக்கின் வெளியே வந்திருந்தது. உள்ளங்கையிலும், கால்விரல் நகங்களிலும் அம்மா ஆசையுடன் இட்டிருந்த மருதாணி பற்றியிருந்தது. இந்நிமிஷங்கூட தடுத்தால், நின்றுவிடுவாள்.

"போவதற்கிருக்கிறாய். வருகிறேன் என்கிறாயே?" என்று விகடமாகக் கேட்கலாமா என்று தோன்றிற்று.

"நான் போவது நீ போகச் சொன்னதால்தானே!" என்று கேட்டுவிட்டால்? எப்படி என் தோல்வியை ஒப்புக் கொள்வேன்?

"ஏன் முகம் வெளுத்திருக்கிறது?" என்றேன்.

"அதெல்லாம் ஒன்றுமில்லை. இப்போ வரும் சோப்பிலேயே சுண்ணாம்பு அளவுக்கு மிஞ்சிக் கலந்திருக்கிறது.. என் கறுப்புக்கூட வெளுக்கும்படியிருந்தால்... உங்களுக்கு ஏன் கண் சிவந்திருக்கிறது?" என்று புன்னகை புரிந்தாள்.

"ஆமாம், தூசி விழுந்திருக்கும்" என்று கண்ணை நன்றாய் கசக்கிக் கொண்டேன்.

"போய் வருகிறேன்."

அவள் ஊருக்குப் போய் ஒரு வாரம் ஆகிவிட்டது. இதென்ன வாழ்க்கை இவ்வளவு சூன்யமாய்க்கூட இருக்க முடியுமா என்ன? எதைத்தொட்டாலும் எடுத்தாலும் நினைத்தாலும் அவள் உருவம் இடைமறித்துக்கொண்டு நின்றது பளபளக்க வாரிமுடிந்த மயிரும் நெற்றியில் நடுவகிடு எழுமிடத்திலும் இரு புருவங்களுக்கு மத்தியிலும் இட்ட பொட்டும், மேலாக்கின் வெளியே வந்த பவளமாலையும், உள்ளங்கையிலும் கைகால் நகங்களிலும் பற்றிய மருதாணியும்

சோறு தொண்டையில் விக்கியது. உலகம் ஏன் இவ்வளவு சோபையற்றுவிட்டது? அல்லது எனக்குத்தான் இறக்கை ஒடிந்து விட்டதா?

"என்னடா, நீயா கலியாணமே வேண்டாமென்ற பிள்ளை?" என்று அம்மா கேலி பண்ண ஆரம்பித்துவிட்டாள்.

"அதெல்லாம் ஒன்றுமில்லை அம்மா! வெய்யிலல்லவா!" என்று மீசையை முறுக்கிக்கொண்டு சிரித்தாலும், என் சிரிப்பு என்னையே ஏளனம் பண்ணிற்று. இருப்புக் கொள்ளாது நடந்துகொண்டே சென்றேன் கால் இழுத்துக்கொண்டு போனபடி.

எதிரே ஒரு பிணம் வந்தது.

பிராமணப் பிணம். கொட்டுப்பாறை, பூப்பல்லக்கு ஒன்றுமில்லாது, சுட்டுப் பொசுக்குவதற்காக அவசர அவசரமாய் எடுத்துக்கொண்டு ஓடுகிறார்கள். முறுக்கான வாலிபம். வயது இருபது இருபத்தி ஐந்துதானிருக்கும். ரொம்ப கிடக்கவில்லை. முகம் சுண்டவில்லை. தூங்குகிறாற்போல் இருந்தது. எந்த நிமிஷம் எங்கேயென்று சாவு காத்திருக்கையிலேயே, வாழ்க்கையில் சௌகரியமாயிருக்க முடிந்தும், ஒருவரையொருவர் பரீக்ஷை பார்த்துக்கொண்டு விரல்வழி வழியவிட்ட தேன்போல், வாழ்நாளை நழுவி விடுகிறோம்.

என்னால் பிரிந்திருக்க முடியாது. அவளை எப்படியாவது திருப்பி வரவழைத்துக் கொள்ள வேண்டும், என் தோல்வியை ஒப்புக்கொள்ளாது. சட்டென ஒரு யோசனை தோன்றிற்று.

அசட்டு யுக்தியோ சமத்து யுக்தியோ, அப்பொழுது என்ன தெரிகிறது? நேரே தபாலாபீஸுக்குச் சென்று ஒரு தந்தியடித்தேன்.

"கடுஞ்சுரம். அபாயம். புறப்பட்டு வரவும்."

நாளைக் காலை போய்ச்சேரும். அலறிப் புடைத்துக் கொண்டு ஓடி வருவான். பார்த்துப் பரிகசிக்கலாம்.

அப்படியே ரொம்பவும் கோபித்துக் கொண்டாலும் ஏதேனும் சமாதானம் சொல்லிக் கொள்ளலாம். எப்படியோ வந்துவிடுவாள்.

இரவு இத்தனை நாளாக இல்லாத நிம்மதியுடன் தூங்கினேன்.

நடு இரவில் கதவை யாரோ உடைத்தார்கள்.

"தந்தி ஸார்!"

தந்தி! வயிறு பகீர். தந்தி அனுப்புவதைப் போலல்ல, வந்த தந்தியை வாங்கியுடைத்துப் படிப்பது,

"பாம்பு கடித்துவிட்டது. புறப்படவும்."

"அம்மா!"

அம்மா சுவாமி பிறையண்டை போய் கன்னத்தில் போட்டுக்கொள்கிறாள். இன்னும் அரைமணி நேரத்தில் வண்டி.

புலி புலி விளையாடப்போய் புலிய புலியே வந்தாச்சு.

நாங்கள் போய்ச் சேரும்வரை இருப்பாளா? அவளைத் தான் காண்போமா, அவள் உடலைக் காண்போமா?

வண்டியில் போகையில் கண்முன், மாலை கண்ட பிராமணப் பிணக்கோலம் மறுபடி சென்றது. இவ்வேளைக்கு அது சிதையில் எரிந்து சாம்பலாகிப் போயிருக்கும்.

அடமடயா, வாழ்க்கையோடு என்ன பரிக்ஷை? எந்த நிமிஷத்தில் எங்கேயென்று சாவு காத்துக்கொண்டிருக்கிறது. விதி, வினையெல்லாம் ஒரு பக்கம் இருக்கட்டும். நீ அவளை அவள் வீட்டிற்கு அனுப்பமாலிருந்தால், பாம்பு கடித்திருக்குமா?

ஏன் எங்கள் செயல்களெல்லாம் அர்த்தமற்று இருக்கின்றன?

வண்டியை விட்டிறங்கினோம். அவன் வீட்டிலிருந்து யாராவது வந்திருந்தாலும் வந்திருக்கலாம். குனிந்த தலை நிமிர மறுத்தது.

என்மேல் ஒரு பிடி விழுந்தது. அவளேதான். என்னை இறுகக் கட்டிக்கொண்டு கதறினாள். எங்களைச் சுற்றிக் கூட்டம் கூடிவிட்டது கூட எங்களுக்குத் தெரியாது. நாங்கள் இங்கில்லை.

மாமனார் முகத்தில் எள்ளும் கொள்ளும் வெடித்தது. "என்னய்யா சுத்த மடையன் மாதிரி வேலை செய்திருக்கிறீர்? என் குழந்தை தவித்த தவிப்பு எனக்கல்லோ தெரியும்!"

"இதென்னா இது? எனக்கு ஒன்றுமே புரியல்லியே!" என்றாள் அம்மா. பாவம்! அவளுக்கு கொஞ்சங்கூடப் பிடிக்கவில்லை.

"என்னவா? இதோ பாரும் உங்கள் பிள்ளை சமர்த்தை!" என்று தந்தியை அம்மா முகத்தெதிரே ஆட்டினார். "இரவெல்லாம் அழுது அழுது என் குழந்தை முகமெல்லாம் வீங்கி விட்டது. அவள் பட்ட அவஸ்தையைப் பார்த்தால் ஏரோப்ளேன் இருந்தால்கூடப் புறப்பட்டு விடலாம் போல உடம்பு பரபரத்தது. இருந்தும் காலையில் தான் வண்டி. உங்கள் பிள்ளை கல் மாதிரி உடம்பை வைத்துக்கொண்டு ஸ்வாசமிழுத்துக் கொண்டிருக்கிற தென்று தந்தி அடித்தால் நன்றாயிருக்கிறதா? இவர் என்ன சின்னக்குழந்தையா?"

"சரிதானப்பா ரொம்ப ரொம்ப குதிக்கிறேனே? எனக்கு மாத்திரம் பாம்பு கடித்ததா? தந்தி நீங்கள்தானே அடித்தீர்கள். மறந்துபோச்சா?"

மாமனார் பின்னடைந்தார்.

"எல்லாம் நீ படுத்தின பாடுதானே!"

அம்மா முகத்தில் அருவருப்புத் தட்டிற்று, "என்னடா அம்பி? இந்தக்காலமே இப்படித்தானாடா?" என்றாள்.

ஏன் எங்கள் செயல்கள் அர்த்தமற்றுவிடுகின்றன?

சின்னக் குழந்தைக்குச் சொல்ல, அவர்கள் முழுமனதுடன் நம்பும் ராஜா ராணிக் கதைபோல் எங்கள் வாழ்க்கை சிற்சில சமயங்களில் கடற்கரையில், சூரியனுடைய சப்தவர்ண ஜாலங்கள் மிளிர்ந்து, காற்றில் நடுநடுங்கும் அலை நுரை போன்ற நலுங்கிய அழகு.

துக்கம் அதிகமானாலும் பைத்தியம்தான். சந்தோஷம் மிஞ்சினாலும் பைத்தியந்தான். பித்துபிடித்தவனும் பைத்தியந்தான். இவர்களில் நாங்கள் எவர்?

கோடை முடிந்து மாரி வந்துவிட்டது.

அம்மா, யாரோ நாலு பேர் தீர்த்த யாத்திரை போகிறார்கள் என்று சேர்ந்து கிளம்பிவிட்டாள். போகும் இடத்துக்குப் புண்ணியம் தேடவேண்டும். சாவிற்கு எப்பொழுதும் தயாராயிருக்க வேண்டும். கடவுளிடத்திலே கணக்குச் சரியாய் ஒப்பித்தாக வேண்டும். இதெல்லாம் அம்மாவின் கொள்கை. இங்கிருக்கையிலேயே மறு உலகின் சிந்தைதான் அவளுக்கு.

ஆகையால் நான் போகவேண்டும். ஆனால் என் காரணங்களே வேறு என்று புள்ளி போட்டிருந்த இடங்களெல்லாம் பார்க்க அம்மாவுக்குத்தான் வாய்ப்பு முதலில் கிட்டிவிட்டது. தென்னாடெல்லாம் சுற்றிய பிறகு காசி, கயா பிரயாகை வரை போய் வருவதாகத் திட்டம் அம்மா எங்களைத் தனியாய் விட்டுச் சென்றதே விபத்தாய் முடிந்தது. மிருகங்களாகிய எங்களைக் கட்டியாள யாருமில்லை.

மழை, அந்த சமயம்போல் – ஆனால் எப்போது பெய்தாலும் அப்படித்தான் சொல்கிறோம் – எப்போதும் பெய்ததில்லை. தெருவில் வெள்ளம் முழங்காலாழத்திற்கு ஓடியவண்ணமிருந்தது. இரண்டு வாரங்களாக சூரியனைக் கண்டவரேயில்லை. பகலிலும் இருள் கனத்துத் தேங்கிற்று. மழை விடாது பெய்துகொண்டிருந்தது. வீட்டிற்குள் அடைந்து கிடந்தோம் கூட்டிலடைத்ததுபோல், மாடிக்கும் கீழுக்குமாய் அலைந்து வெதும்பினோம்.

பதினைந்தாம் நாளிரவு ஏதோ விளக்கண்டை உட்கார்ந்து படித்துக் கொண்டிருந்தோம். ஜன்னலும், கதவுகளும் படார் படார் என்று மோதிக்கொண்டன. புயல், மரங்களினூடே பாய்ந்து ஊளையிட்டது.

புத்தகத்தை அலுப்புடன் ‘டப்’ என்று மூடிவிட்டு, “வெளியே போவாமா?” என்றாள்.

“எங்கே போகிறது? சினிமா சினிமா எல்லாம் மழைக்குப் பயந்து மூடித் தொலைத்திருக்கிறானே!”

“கடற்கரைக்குப் போவோம்” என்றாள்.

“போவோம்”

புயலில் குடையைக் கொண்டு போகச் சாத்தியமில்லை. தூறல் முகத்தில் சாட்டை அடித்தது. தெருவிளக்கின் வெளிச்சத்தில் குடைக்கம்பி கனத்தில் பளபளத்துக்கொண்டு பூமிக்கும் வானத்திற்கும், ஜல்லி கட்டியது போன்றிருந்தது. தெருவீல் ஜலம் பிரவாகமாய் ஓடியது. சாபம் பிடித்ததுபோல் தெரு வெறிச்சென்றிருந்தது. இந்த மழையில் எங்களைத் தவிர எவன் கிளம்புவான்? எதிர்க்காற்றில் மன் தள்ளிக்கொண்டு ஒருவரையொருவர் இறுகத் தழுவியவாறு ஜலத்தில் இழுத்து இழுத்து நடந்து சென்றோம்.

இடையிடையே இடியில் பூமி அதிர்ந்தது.

கடலில் அலைகள் மதில்கள்போல் எழுந்து, மனிதனின் ஆசைக் கோட்டைபோல் இடிந்து விழுந்தன. எங்களை வாரி வாயில் போட்டுக்கொள்ள வேண்டுவதுபோல, துரத்திக்கொண்டு

ஓடிவந்தன. ஏமாற்றமடைந்த அரக்கனின் ஆத்திரம்போல், அவைகளின் கோஷம் காதைச் செவிடுபடுத்திற்று. ஒரு அலை அவனைக் கீழே தள்ளிவிட்டது. வெறிகொண்டவன் போல் சிரித்தான். ஜலத்தின் சிலுசிலுப்பு கதையுள் ஏறுகையில் நெருப்பைப்போல் சுறீலெனப் பொரிந்தது. புயலில் எங்கள் அங்கங்களே பிய்ந்துவிடும் போலிருந்தது.

திடீரென்று இடியோடு இடி மோதி ஒரு மின்னல் வானத்தின் வயிற்றைக் கிழித்தது. இன்னமும் என் கண் முன் நிற்கிறது அம்மின்னல். மறைய மனமில்லாமல் தயங்கிய வெளிச்சத்தில் நான் கண்ட காக்ஷி! குமுமிய கருமேகங்களும், காற்றில் திரைபோல் எழும்பி, குளவியாகக் கொட்டும் மணலும், கோபக் கண்போல், சமுத்திரத்தின் சிவப்பும், அலைகளின் சுழிப்பும், அடிபட்ட நாய்போல் காற்றின் ஊளையும் பிணத்தண்டை பெண்கள் போல ஆடி, ஆடி அலைந்து, அலைந்து, மரங்கள் அழும் கோரமும்!

இத்தனைக்கும் மூலகாரணிபோல் அவள் நிமிர்ந்து நின்றாள். அவள் ஆடை உடலிலிருந்து பிய்ந்துவிடும் போல் பின்புறம் விசிறி விரிந்து, காற்றில் தோகைபோல் விறைத்து நின்று படபடத்தது. பிதுங்கிய சிற்பமென அங்க அவயவங்கள் நிமிர்த்துக் கொண்டு நின்றன. மின்னலின் வழி, விசும்பினின்றிழிந்த விண்ணுலகத்தவள் போலிருந்தாள். ஜலமேறி அடையாய்க் கனத்த கூந்தல், காற்றின் மிகுதியில் நக்ஷத்திர வால்போல் சீறிற்று. இவ்வியற்கையின் இயக்கத்தில் அவளும் சேர்ந்து இழைந்து, புயலுடன் நின்றாள்.

மின்னல் மறைந்தது.

வெடவெடக்கும் குளிரில் பற்கள் கிலுகிலுப்பைக் கற்கள் போல் கடகடக்க ஆரம்பித்துவிட்டன. புயல் எங்களை வீட்டிற்குத் தள்ளிக்கொண்டு போயிற்று. உடலில் பிசினாய் ஒட்டிக்கொண்ட ஆடையைக் களைந்து வேறு உடுத்துவதற்குள் போதும்போதும் ஆகிவிட்டது.

காலையில் எழுந்திருக்கையிலேயே வெகுநேரமாகிவிட்டது. உடல் கணுக்கணுவாய்த் தெறிக்கும் வலியில் எழுந்திருக்கக்கூட முடியவில்லை. அவள் எழுந்திருக்கவில்லை.

“கடற்கரைக்கு உலாவப்போனது எப்படியிருக்கிறது?” என்றேன். கண்கள் மூடியபடியே புன்னகை புரிந்தாள். அவசரமாய் வேலைக்குப் போனேன்.

நான் மாலை திரும்புகையில் வீட்டில் சந்தடியில்லை. கட்டிலில் நான் விட்டுப் போனபடியே படுத்திருந்தாள். கண் திறக்கவில்லை. பகீரென்றது.

"என்னடி!"

நெற்றியில் கை வைத்தேன். மழுவாய்க் காய்ந்தது. மூச்சிருந்ததேயொழிய பேச்சில்லை. கருமான் பட்டரை போல் ஆவியடிக்கும் அனல் மூச்சு.

டாக்டர் வந்து என்னவோ புரட்டிப் புரட்டி பரீக்ஷை செய்து பார்த்தார். ஸ்மரணையற்று, போட்டது போட்டபடி கிடந்தது அந்த உடம்பு. நின்ற இடத்தில் நிற்காது துருதுருக்கும் உடம்பு!

"இது நீங்கள் ஒண்டியாய் சமாளிக்க முடியாது" என்றார். மூஞ்சியை முழநீளம் வைத்துக்கொண்டு, "ஆஸ்பத்திரி."

"ஆஸ்பத்திரி?"

நேற்றிரவு வெறி பிடித்து விளையாடினோம். இன்று ஆஸ்பத்திரி!

"விஷயம் முற்றிவிட்டது ஸார். வீட்டில் பெரியவாள் யாராவது இருந்தால் வரவழையுங்கள்."

அம்மாவுக்குத் தந்தியா? நான் என்னுள் ஒடுங்கிப் போனேன்.

"ஆஸ்பத்திரியில்கூட கூட்டத்தில் கோவிந்தா ஆகிவிடும். வீட்டில் பெரியவாள் யாராவது இருக்கட்டும். நான் வந்து பார்க்கிறேன், என்னவோ?"

உள்பிரக்ஞையிருக்கையிலேயே மண்டையில் சம்மட்டியிலடிப்பது போலிருந்தது. அம்மாவுக்குத் தந்தியடிக்க விலாசத்தையும் பணத்தையும் அவரிடமே கொடுத்து விட்டுக் கட்டிலண்டை வந்து உட்கார்ந்தவன்தான். எத்தனை நாழி இப்படி இடம் பெயராது திக்பிரமை கொண்டு உட்கார்ந்திருந்தேனோ அறியேன்.

என்னில் என்னென்ன எண்ணங்கள் ஓடின அறியேன். வெளியே அடைமழை பெய்து கொண்டிருந்தது நினைவிருக்கிறது. எங்களுக்கு நம்பிக்கையிருக்கிறதோயில்லையோ, ஒரு நாளும் தவறாது எரியும் சுவாமி விளக்கு இரண்டு நாளாய் எரியவில்லை. அது நினைவிருக்கிறது.

கண்ணெதிரில் கடுஞ்சுரம் அவள் பசுமையை உறிஞ் சுவதைப் பார்த்துக் கொண்டிருந்தேன். அது நினைவிருக்கிறது.

வைத்தியர் தினம் மூன்று தடவை வந்தார். ஒவ்வொரு தடவையும் அவர் முகம் சுண்டியது. அது ஞாபகமிருக்கிறது.

என் தோளைப் பிடித்துக் குலுங்கினார். "தைரியமாயிருமய்யா. உமக்கு முதலில் ஒரு ஊசிபோட வேண்டும் போலிருக்கிறது. இந்த

மும்மரத்தில் ஒரு மருந்தும் ஒன்றும் செய்வதற்கில்லை. இன்று ராத்திரி தாண்டணும். நீர் கூடியவரைக்கும் தெம்பாயிரும். நீங்கள் இப்படியிருந்தால் அப்புறம் படித்தவனுக்கும் படியாதவனுக்கும் என்ன வித்தியாசமிருக்கிறது?"

நாங்கள் படித்தவருமில்லை; படியாதவருமில்லை. நாங்கள் மிருகங்கள்.

"இளம் வயது அதுதான் தாக்குப் பிடிக்கவேணும் உங்க அம்மா வந்துவிட்டாரா?"

அம்மா, மாலை அஸ்தமன வேளைக்கு வந்தாள். என்னுடன் பேசவில்லை. கட்டிலில் படுத்திருந்தவள் முகத்தை ஒரே முறை பார்த்தாள். நாடியைத் தொட்டாள். நேரே குழாயடிக்குப் போய் ஸ்னானம் பண்ணினாள். நெற்றிக்கிட்டுக் கொண்டு சுவாமி விளக்கையேற்றி வைத்து எதிரே உட்கார்ந்துவிட்டாள்.

பிறகுதான் எனக்கு உள் பிரக்ஞை வெளியிலும் சிறுகச் சிறுகப் பரவி, நினைவு தொடர ஆரம்பித்தது.

இரண்டே நாள் ஜுரம் அந்த உடலை சக்கையாய் சப்பியெறிந்துவிட்டது. உருவம் கூடச் சிறுத்துவிட்டது. மூச்சு நூலிழைந்தது.

படுத்ததிலிருந்து அந்த வாயினின்று ஒரு முனகல்கூட எழவில்லை. மிருகம்போலவே நோயை மௌனமாய் அனுபவித்துக் கொண்டிருந்தாள். கூந்தல் கட்டிலிலிருந்து படுதாப்போலிறங்கி வீழ்ந்து முகம் கண்ணாடிபோல் ஒடேயடியாய்த் தெளிந்து போயிருந்தது.

அம்மா எழுந்து வந்து மருமகள் நெற்றியில் விபூதியையிட்டாள். என்னை, "நீ போய் படுத்துக்கொள்" என்றாள். நான் சின்னக் குழந்தையைப்போல் பேசாமல், ரேழித் திண்ணையில் படுத்துக் கொண்டேன்.

மணி ஒன்று, ரெண்டு, மூணு, நாலு.

"அம்பீ!"

அடி வயிற்றில், நெருப்பை அப்படியே கொட்டிற்று. அதே சமயம், வாசலில் டாக்டரின் காரும் வந்து நின்றது. இருவரும் சேர்ந்து உள்ளே போனோம்.

அரைக் கண்ணாயிருந்த இமைகள் முழுவதும் மூடிவிட்டன. டாக்டர் நாடியைப் பிடித்துப் பார்த்தார். நன்றாகப் பரிசோதித்துப் பார்த்தார். அவர் முகம் மலர்ந்தது.

"ஐயம் ஸார். கண்டம் தப்பித்தது ஸார்!"

அம்மா ஏதோ பேச முயன்று கையைத் தூக்கி ஜாடை காட்டினாள். வாய் திறந்து திறந்து கண்கள் பெருகின. சுவாமி பிறையண்டை போய் தடாலென்று விழுந்துவிட்டாள்.

அது நினைவிருக்கிறது.

உடம்பு படிப்படியாய்த் தேறி வந்தது. அம்மா கைராசியிலும், அம்மா போடும் பத்தியத்திலும், அம்மா பண்ணும் சம்ரக்ஷணையிலும் உயிரற்றதுகூட உயிர் பெற்றுவிடும். அப்படித்தானே ஆயிற்று!

எழுந்து நடமாட மாதமாகிவிட்டது.

அன்றுதான், படுக்கையினின்று எபந்தபின் முதன் முதலாகத் தலைக்குத் தண்ணீர்விட்டது.

பிற்பகல் மணி மூன்றிருக்கும். நான் கூடத்து ஊஞ்சலில் உட்கார்ந்திருந்தேன்.

பச்சைப்புடவை உடுத்தி, உலர வளர்த்திய கூந்தல், முழங்கால் வரை தொங்க, இன்னமும் பஞ்சடைப்பு முற்றிலும் மறையாத கண்களில் கனிந்த பார்வையுடன், ஆடி அசைந்து நடந்து என்னருகில் வந்து ஊஞ்சல் சங்கிலியைப் பிடித்துக்கொண்டு நின்றாள். வெற்றிலையைக் கன்னத்தின் ஓரத்தில் அடக்கிக்கொண்டிருந்தாள். பளபளக்கச் சிவந்திருந்த உதடுகளில் புன்னகை பரவியது.

கிடந்து தேறியது மதல் அவள் வசீகரம் முன்னிலும் பன்மடங்கு அதிகரித்திருந்தது. பழைய முரட்டுத்தனம் தணிந்து ஒரு தனி அடக்கமும் அமைதியும் வந்திருந்தன கச்சேரி முடிவில், கார்வையும் மெருகேறிய குரலில் விஸ்தரிக்கும் ராகத்தின் கனிவைப்போல், நெருப்பில் நயம் துலங்கும் தங்கம்போல்.

நாங்கள் பேசவில்லை. பேச என்ன இருக்கிறது? இதயங்களில் அமைதி விளிம்புகட்டி இருந்தது. அந்நிலையின் நிர்ச்சலனத்தனாலேயே, இந்த முக்திநிலை இப்படியே இருக்குமா என்ற சந்தேகம் உடனேயே உண்டாகிவிட்டது. ஊஞ்சல் சங்கிலியைப் பிடித்திருந்த என் கைமேல், அவள் கை பொத்திற்று.

"குழந்தைகளா!"

அம்மா பூஜை அறையிலிருந்து கூப்பிட்டாள்.

என்ன காரணம் எங்களுக்கே தெரியவில்லை. சொல்லிவைத்தாற்போல், இருவரும் சேர்ந்தே நமஸ்கரித்தோம். அம்மா ஆசீர்வதித்தாள்.

"உட்காந்து கொள்ளுங்கள். ஒன்று சொல்லத்தான் உங்களைக் கூப்பிட்டேன்."

நாங்கள் பேசாது காத்திருந்தோம் – சின்னக் குழந்தைகள்போல்.

"நீங்கள் இரண்டு பேருமே ரொம்ப கஷ்டப்பட்டுவிட்டீர்கள். சுவாமி புண்ணியத்தில், மலைபோல் வந்தது பனிபோல் நீங்கியது. என் குழந்தை பிழைத்தது அந்தத் திருப்பதி வெங்கடாஜலபதியின் கிருபைதான் தவிர வேறு என்ன சொல்ல இருக்கிறது? என்றைக்கும் ஒன்று வைத்துக் கொள்ளுங்கள். சுவாமிமேல் பாரத்தைப் போட்டுவிட்டு எதைச் செய்தாலும் அவர் பார்த்துக்கொள்வார். நாம் இவ்வளவாவது உண்டு உடுத்து உயிர் வாழ்வதே அவரால்தான். அவனன்றி ஒரு அணுவும் அசையாது. எப்பவும் அவனை நம்புங்கள். அவனை நம்பி வேண்டிக்கொண்டேன். இவள் பிழைத்தாள். ஆகையால் இப்பொழுது வேண்டுதலையை நிறைவேற்றி விட வேண்டும். அவன் தன்னால் செய்ய வேண்டியதைச் செய்துவிட்டான். நம்முடைய பிரார்த்தனைதான் பாக்கி. தெய்வத்திற்குச் செலுத்த வேண்டியதை முன்னைக்கு முன்னால் செய்துவிட வேண்டும். அதை ஒத்திப்போடக்கூடாது. நான் தீர்மானம் பண்ணிவிட்டேன். ஞாயிற்றுக்கிழமை நல்ல நாளாயிருக்கிறது. திருப்பதிக்குப் புறப்படணும். இவன் மயிரை முடியிறக்குவதாக வேண்டிக் கொண்டிருக்கிறேன்!"

தலை சுழன்றது. அம்மா இன்னும் ஏன் மூச்சுவிடாமல் பேசிக்கொண்டே போகிறாள்?

ஓரக்கண்ணால் என் பக்கத்தில் உட்கார்ந்திருந்தவளைக் கவனித்தேன். அவள் புன்னகை உயிரற்று, அப்படியே உறைந்துபோயிருந்தது. சிட்டுக்குருவி சிறகுபோல் அடித்துக் கொள்ளும் இதயத்தின் பதைபதைப்பை அடக்க ஒரு கை மார்பை நாடிப்போயிருந்தது. இன்னொரு கை, குதிகால் சதையை ரத்தம் கசிவதுகூடத் தெரியாது பிய்த்துக் கொண்டிருந்தது.

நாளை ஞாயிற்றுக்கிழமை

இன்னும் இரண்டரை நாட்கள்தான் முழங்கால் வரை தொங்கும் மயிர் அபூர்வ ராகத்தின் ஜீவஸ்ரம் பிறகு?

இதென்ன கூந்தலுக்கா இவ்வளவு பிரமாதம், இன்னும் ஆறு மாதமோ ஒரு வருஷமோ போனால் தானே வளருகிறது. தவிர சுவாமிதானே சாகக் கிடந்தவளைக் காப்பாற்றிக் கொடுத்தார். அவருக்குச் சேர வேண்டியதைச் செலுத்தித் தானே ஆகவேண்டும்! எல்லோரும் வேண்டிக்கொள்ளவில்லையா, இதென்ன புதிதா?

எல்லாம் புரிகிறது. ஆனால் இதெல்லாம் எங்களுக்கு வேண்டாம். நாங்கள் மிருகங்கள். அடுத்த நிமிடத்தில் எங்களுக்க நம்பிக்கை கிடையாது. ஒவ்வொரு நிமிஷத்தையும் அந்தந்த நிமிஷத்திற்குப் பூராவாக அநுபவிப்பதுதான் எங்களுடைய அடிப்படையான இயல்பு. வளைந்து கொடுக்கும் பழக்கம் எங்களுக்கில்லை. நாங்கள் அடக்க வேண்டுமெனில் எங்களை ஒடித்துத்தானாக வேண்டும்.

இந்த இரண்டு நாளும் நாங்களிருவரும் இதைப்பற்றி பேசவில்லை. அவள் தன் மனதிலிருப்பதை விட்டுக் கொடுக்க வில்லை. சற்றே காற்றடித்தாலும் சப்திக்கும் முறுக்கேறிய தந்திபோல் அவள் ஒரு புதுக் கலகலப்பாய் இருந்தாள். அவள் சிரிப்பில், கண்ணாடி உடையும் சத்தம் போல் ஒரு சிறு அலறல் ஒலித்தது. இதைத் தவிர மற்றதெல்லாம் பேசினோம், சிரித்தோம், கொம்மாள மடித்தோம். ஆயினும் இது தவிர வேறெதுவும் எங்கள் நினைவில் இல்லை.

எனக்குப் பேச வாயில்லையோ, அல்லது சொல்ல வகையில்லையோ, நான் தனியனாகிவிட்டேன். அவள் இப்படி வேண்டியில்லாத ஒரு வனப்பில் ஜ்வலிப்பதைத் தடுக்கவோ, தணிக்கவோ, வழியில்லாது வெறுமென பார்த்துத் தவித்துக் கொண்டிருந்தேன்.

மறுநாள் காலை வண்டி.

இரவில் அறையில் நுழைந்தேன். அவள் கண்ணாடி எதிரில் உட்கார்ந்து கொண்டு, மயிரை அழுந்தப் பளபளவெனச் சீவி வாரி முடிந்து கொண்டிருந்தாள். என் மனதில் என்னென்னவோ எழும்பிக் குழப்பிற்று. என்னைப் பார்த்துப் புன்னகை புரிந்தாள்.

"உங்களை ஒரு கேள்வி கேட்க வேண்டுமென ரொம்ப நாளாய் எண்ணம்" என்றாள்.

"என்ன?"

"நான் கிடந்தபோது ஏதாவது ஜன்னியில் பிதற்றினேனா? அபஸ்வரம் பேசினேனா?"

"அபூர்வ ராகத்திற்கு அபஸ்வரம் கிடையாது" என்றேன்.

"சரி நான் அப்பொழுது இறந்திருந்தால் நன்றாயிருந்திருக்குமோ?"

"இதென்ன கேள்வி!"

"பதில் சொல்ல முடியுமா, சொல்லத் தைரியமில்லையா?"

“எப்படி நன்றாக இருந்திருக்கும்? அபூர்வ ராகத்தின் நிரடலான நிரவல் கட்டத்தில் ராகம் தவறில் அதைவிட அவமானம் உண்டோ?”

“ஆனாலும் பிடிப்பின் எடுப்பாய்ப் பூராவும் இருக்க முடியுமா?” எதற்காக என்ன கேட்கிறாள் என்று புரிந்தும் புரியாது தவித்தேன். “ராகம் தன் இயல்பு மாறாதவரை எப்படியிருந்தாலும் சுஸ்வரந்தான். இந்த மூடுமந்திரம் ஏன், பளிச்சென்று சொல்லேன்.”

கையில் சீப்பை வைத்துக்கொண்டு ஏற இறங்க என்னை ஒருமுறை மலர விழித்துப் பார்த்தாள். அங்கு ஆயிரம் கேள்விகள் குமுறின.

“இயல்பு என்று சொல்வதன் அர்த்தம் என்னு? பட்சிகளுக்குப் பறப்பதுதான் இயல்பு. இறக்கையை ஒடித்து விட்டு இயல்பு மாறாதவரை பட்சி பட்சிதான் என்றால் என்ன சரி? ராகத்திற்கும் பட்சிக்கும் என்ன வித்தியாசம்? இரண்டிற்கும் மேல் சஞ்சாரம்தானே!”

“இப்போ என்னவென்கிறாய்?”

“ஒன்றுமில்லை. ராகத்தின் முடிவும் எடுப்பாய்த் தானிருத்தல் வேண்டும்.” கொண்டையைப் போட்டுக் கொண்டு எழுந்தாள்.

“எங்கே”

“கீழே போகணும். இதோ வருகிறேன்..”

படுக்கையில் உட்கார்ந்தபடி யோசனையில் ஆழ்ந்தேன். வெளிப்படையாகச் சொல்லி ஆற்றிக் கொள்வதில் ஆறுதலுண்டு. இப்படி வெளிக்காண்பிக்காமலே உள்படும் வேதனைதான் சகிக்க முடியவில்லை.

நிம்மதியற்ற உறக்கத்தில் கண்கள் செருகின.

நாளைக்காலை எழுந்ததும் அம்மாவிடம் சொல்லி விடுகிறேன். திருப்பதிக்குப் போவது முடியாது. அம்மா சும்மாயிருக்கமாட்டாள். வீட்டில் ரகளை நடக்கத்தான் போகிறது. நடக்கட்டும். கண்டிப்பாய் நடந்தே தீரும். இருந்தும் வேறு வழியில்லை. இதனால் தெய்வ கோபத்திற்கு ஆளானாலும் சரி. இதற்காக அம்மாவிடமருந்து கண் மறைவாய் இருக்கும்படி நேர்ந்தாலும் சரி, தெய்வத்தினிடமிருந்து ஓடும்படியிருந்தாலும் சரி. எங்கேயாயினும் இருவரும் போய்விடுவோம். இதற்காக எங்கள் சுபாவம் மீறி எப்படியிருக்க முடியும்?

அவளிடம் சொல்ல, அவளையெழுப்புவதற்காக அவள் பக்கம் கையை நீட்டினேன். அவள் இடம் வெறிச்சென்றிருந்தது. விழித்துக்கொண்டேன்.

அவளைக்காணோம். 'வருகிறேன்' என்று போனவள் இன்னும் திரும்பி வரவில்லை.

வரமாட்டாள் என்றும் எனக்கு உடனே தெரிந்துவிட்டது.

எனக்குத் தோன்றியதே தீர்மானமாய் கடியாரத்தில் மணி அடித்தது. கூவிக்கொண்டே கீழே ஓடினேன். அம்மா விசுப்பலகையினின்று திடுக்கென்று விழித்துக்கொண்டு எழுந்தாள்.

"என்னடா?"

"அவளைக் காணோமே அம்மா?"

"என்னடா பேத்தறே?"

"அவளைக் காணோமே அம்மா!" அம்மா பரக்கப் பரக்க வாசலுக்கும் கொல்லைப்புறத்திற்கும் ஓடினாள்.

அவள் எங்கே அம்மா அகப்படப் போகிறாள்?

"என்னடா அம்பி உக்காந்துட்டே? தேடேண்டா என்னாவது பண்ணேண்டா, ஐயோ! என் குழந்தையைக் காணோமேடா!"

எனக்கு பெரும் ஓய்ச்சல் கண்டுவிட்டது.

"பிரயோசனமில்லையம்மா, அவள் அகப்படமாட்டாள். அவளுடைய உயிரற்ற உடலை நாம் காணக்கூட அவள் இசையாள். சுறா மீன்களுக்கு இரையானாலும் ஆவேனென்று, சமுத்திரத்திற்குள் நடந்து போய்விட்டாள். கடவுளுக்கு மயிரைக் கேட்டாய். உயிரையே கொடுத்துவிட்டாள் போ. அவள் சொல்லிக்கொண்டு தான் போனாள். எனக்குத்தான் தெரியவில்லை. ராகம் முடிந்துவிட்டது. இனி, வீணை வீணையாய் உபயோகப்படாது. அடுப்பில் வைக்கத்தான் சரி. நான் என்னுள் இறந்துவிட்டேன்; இறந்தே போனேன். நீ எதைச் சொன்னாலும் கேட்கத் தயார்."

தாக்ஷாயணி

மூங்கில் பாலத்தின் மேல் மூவரின் கனம் அழுத்தியதும் பாலம் க்ரீச் க்ரீச்சென்று தொட்டிலாடிற்று. பாலம் ஆடவும் பையனுக்கு ஒரே குஷி. அம்மாவின் கையைப் பிடித்துக்கொண்டு தொப்புத் தொப்பெனக் குதித்தான். பாலம் ஐயோ ஐயோவெனச் செல்லமாய் ஓலமிட்டது.

"வா, வா போகலாம்"

"இரு அம்மா செத்தே" என்று வர மறுத்துத் தும்பை இழுக்கும் கன்றுக்குட்டி போல் அவள் கையைப்பிடித்து இழுத்தான்.

"நேரமாயிடுச்சே; அப்பா முன்னாலே போறாரே"

"அதெல்லாம் முடியாது, வரமுடியாது, போ" என்று பையன் தலையை ஆட்டி முரண்டி, இன்னொரு முறை குதித்தான். அவனுக்கு ஏமாற்றம் நேராதபடி பாலமும் கத்திற்று.

"இதோ பாருங்களேன், உங்கள் பிள்ளை படுத்தறபாட்டை!"

நாலடி முன்னால் போய்க்கொண்டிருந்த அவள் கணவன் நின்று திரும்பி நோக்கினான் மாலையில் மஞ்சள் வெய்யிலில் பையன் பாலசூரியனாய்த் தகதகத்தான். அவன் தலைமயிர்கூட ஒரு தினுசான செம்பட்டையினால், ஹோமகுண்டத்தின் நெருப்புப்போல் திகுதிகுவென எரிந்தது. பசுபதியின் கண்கள், கூசினாற் போல் லேசாய் மங்கின. யோசனையான புன்னகையுடன் திரும்பி வந்தான். மூவரும் பாலத்தின் நடுவே நின்றதும் பாலம் உடலை முறித்துக்கொண்டு முனகிற்று.

கண்ணுக்கு எட்டியவரை வயற் பரப்புகள் பூமியைக் கட்டானிட்டு அறுத்தன. மைல் தூரத்தில் ரயில்வே ஸ்டேஷனின் செங்கல் கட்டடம் பளிச்சென்றது. தந்திக் கம்பங்களின் உச்சியில் காற்று ஊடுருவுகையில் தந்திகள் சுருதி மீட்டின. மூலைக்கு மூலை, கண்ணுக்கு எட்டிய வரையும் அதற்கப்பாலும் தண்டவாளம் சீறிக்கொண்டு ஓடிற்று. நகைப் பெட்டியைத் திறந்தும் மூடியின் உள்மெத்தை போல் நீலம் பிதுங்கி நின்றது.

"அப்பா அப்பா, தோ பார்! அதோ, அதோ!" பையன் கையைக் கொட்டிக்கொண்டு குதித்தான்.

சவுக்குத்தோப்பிள் உச்சியில் வானத்தை அசுத்தமாய்க் கிறுக்கிக்கொண்டு ஒரு கறுப்புத்திட்டு கிளம்பிற்று. நிமிஷத்துக்கு நிமிஷம் புகைப்படலம் அகன்று விரிந்தது. பாறையாய்க் கபம் கட்டிப்போன தொண்டையில் ஆகாயத்தைக் கிழித்துக்கொண்டு ஒரு கத்தல் நீளமாய்க் கிளம்பிற்று.

சவுக்குத் தோப்பின் மறைவிலிருந்து ரயில் வெளிப்பட்டதுதான் தாமதம். பையன் வெறி பிடித்தவனாகி விட்டான். அவன் தாய் அவனை அமுக்கிப் பிடித்துக் கொண்டாள். திமிறும் திமிறலில் எங்கே பாலத்திலிருந்து விழுந்துவிடுவானோ என்று பயம். ஆனால் அவள் நாட்டம் கவலையோடு அவள் கணவன் மேல்தான் பாய்ந்தது. பசுபதி மௌனமாய் வண்டித் தொடரைக் கவனித்துக் கொண்டிருந்தான். வழியெல்லாம் தண்டவாளத்தை விழுங்கி உமிழ்ந்து ஸ்டேஷனுக்குள் விரைந்து நுழைந்து நின்று அடங்கிப் பெருமூச்சுவிட்டது.

இந்த ஸ்டேஷனில் ஏறுவாரும் இல்லை, இறங்குவாரும் இல்லை. ஆனால் கிலுப்தமாய் வண்டி பிரதி தினமும் இங்கு இரண்டு நிமிஷம் இளைப்பாறிவிட்டுத்தான் சென்றது. இதோ மூச்சைப் பிடித்துக்கொண்டு கிளம்பிவிட்டது.

வண்டி வளைவில் திரும்பி மரங்களின்பின் மறையும்வரை பார்த்துக்கொண்டிருந்து விட்டுப் பசுபதி திரும்பினான். அவன் முகம் கறுத்திருந்தது. நல்ல நிறமாக இருப்பவர்களுக்கு எப்பொழுதும் ஓர் அசௌகரியம். நெஞ்சில் இருப்பதை முகத்தின் நிறம் காட்டிக்கொடுத்துவிடும். பசுபதி பாபுவைவிட நிறம்.

"என்ன, போவோமா?"

"டே, பாபூ, ஓடுடா; உன்னை நான் பின்னால் வந்து பிடிக்கப் போறேன்."

பையன் கொக்கரித்துக்கொண்டு சிட்டாய்ப் பறந்தான்.

அவன் செவிதூரம் தாண்டியதும் தாக்ஷாயணி, "உங்களுக்கு இன்று மனம் சரியில்லையல்லவா?" என்றாள்.

அவன் முகம் லேசான பச்சையாய் மாறிற்று. "உனக்கு அப்படி ஏன் தோணணும்?"

"எனக்குத் தோணவில்லை. தெரியும். இன்று தபால்காரன் வந்து போனதிலிருந்து நீங்கள் சரியாயில்லை. என்னை என்ன

என்றுகூடக் கேட்கவில்லை. என்னோடு அப்புறம் சரியாய்ப் பேசக்கூட இல்லை."

"பிறருக்கு வரும் கடிதத்தைப் பிரிப்பதோ கேட்டு வாங்கிப் பிடிப்பதோ எனக்குப் பழக்கம் இல்லை."

"அப்போது நான் பிறத்தியாரா?"

அவன் பேசவில்லை.

"அப்போது உங்களுக்கு கடிதம் வந்தாலும் நாள் என்ன என்று தெரிந்து கொள்ளக் கூடாதெல்லவா?"

"எனக்குக் கடிதம் போட யார் இருக்கிறார்கள்? இனி எனக்கு வரவேண்டிய ஓலை ஒன்றுதான் பாக்கி. அது வந்ததும் அதற்குப் பதில் போட முடியாது. நானே கிளம்பியாக வேண்டும்."

"சரி சரி, உங்களோடு பேசினால், மூச்சுவிடாமல் இப்படித்தான் தர்க்கம் பண்ணுவீர்கள்." அவள் குரல் கடுகடுத்தது. "வெள்ளிக் கிழமையும் அதுவுமாய் நாக்கில் நரம்பில்லாமல் வெடுக்கென அச்சானியமாய் ஏதாவது சொல்வீர்கள். உங்கள் உடம்பு இருக்கும் நிலைக்கு எனக்குத்தான் தாங்காது. அதனால்தானே தணிந்து போகிறேன்."

"நான் கிருதார்த்தனானேன். என் அகமுடையாள் எனக்குத் தணிந்து போகிறாள். என் ஜன்மம் சாபல்யம் அடைந்தது."

"எனக்கு வந்தது இதுதான், இந்தாருங்கள்!" கடிதத்தை மடியிலிருந்து எடுத்து அவனிடம் நீட்டினாள். அதை வாங்கிப் பிரித்தான். கண்கள் வரிகள் மேல் ஓடின.

அது அச்சடித்த திருமண அழைப்பு.

அதைக் கையில் பிடித்துக்கொண்டே திரும்பி, பாலத்தின் கட்டத்தின்மேல் சாய்ந்தான். இருவரும் மௌனமாய்க் கீழே ஓடும் ஜலஜரிகையைப் பார்த்துச் சிந்தித்துக்கொண்டிருந்தனர். இப்பொழுது வெய்யில் மழை வரட்டும்; கரை அடங்காது.

"ஊம், பத்மாவுக்குக் கல்யாணமாக்கும்!"

"பத்திரிகை உங்கள் கையில்தான் இருக்கிறது!"

"ஹூம், உன் தங்கை அழகி அல்லவா?" அவன் இன்னும் ஜலத்தையேதான் பார்த்துக்கொண்டிருந்தான்.

"அதைப்பற்றிச் சந்தேகம் வேறேயா? இப்போது பட்டுவை நான் பார்த்து எட்டு வருஷங்களாச்சு. உற்ற வயசு. இன்னும் நன்றாய்த்தான் இருப்பாள்."

"பட்டுவா?"

“அதான், பத்மாதான், நான் அவளைப்பட்டு, பட்டம்மா என்று தோன்றினாற்போல் அழைப்பேன். எங்களிடையில் சண்டை வந்தால் ‘பத்து மொத்து’ என்பேன். பத்து என்னவோ மொத்துதான். கதைப்புத்தகம் படிப்பதில்கூட அவளுக்கு ஆசை கிடையாது. அம்மா ‘பத்மா’ளென்பாள். அப்பாதான் வாய் நிறையப் ‘பத்மாவதீ!’ என்று கூப்பிடுவார்.”

“ஆஹா, உன் அப்பாவை எனக்குத் தெரியுமே, எவ்வளவு வாயும் மனசும் நிறைந்த மனுஷர் என்று!”

வந்த சிரிப்பை அடக்கிக் கொண்டாள். “ஆனால் அப்பாவுக்கு என்னவோ என்மேல்தான் இஷ்டம்.”

“நீ தாக்ஷாயணி அல்லவா?” தோற்ற சீட்டைத்தூக்கி எறிவதுபோல் பத்திரிகையை அலட்சியமாய் வீசினான். அது பறந்து சென்று ஜலத்தில் கிடந்த ஒரு பாறாங்கல் மேல் வீழ்ந்தது.

“ஏன் அதை எறிந்தீர்கள்?” மூண்டெழும் கோபத்தில் அவளுக்குக் கன்னங்கள் குறுகுறுத்தன.

“ஏன்? இதை வைத்துக்கொண்டு கலியாணத்திற்கு நாம் போகப் போகிறோமா?”

“போகாவிட்டால் எறியணுமோ?” கோபக்கண்ணீர் கண்களை உறுத்தியது.

அவன் ஒன்றும் சொல்லவில்லை. அவன் முகம் சுண்டிப் போயிருந்தது. இருவரும் வெகுநேரம் வாளாயிருந்தனர்.

“தாக்ஷாயணீ!”

அவன் மெதுவாகக் கூப்பிட்டது அவளுக்குக் காது கேட்கவில்லை. கிட்ட நெருங்கி முகத்தெதிரில் விரலைச் சுண்டினான்.

“ம்ம்ம்?” திடுக்கென விழித்துக்கொண்டாள்.

“என்ன தபஸில் இறங்கிவிட்டாய்?”

“நான் தாக்ஷாயணி அல்லவா? நீங்கள் பசுபதி.”

அவள் அப்படிச் சொன்னதுமே அவன் முகத்தில் குபுக்கெனக் குங்குமம் குழம்பிற்று. உடல் கிடுகிடென ஆடிற்று. கீழே விழாதபடி அவள் கைகளை இறுகப் பற்றிக்கொண்டான். அவள் அவனை அப்படியே அணைத்துக் கொண்டாள். அந்த வேகத்தில் பாலம் ஊஞ்சலாடிற்று. அவளுள் கிளர்ந்த தாய்மை தாங்க முடியாமல் வாய் குழறிற்று. புடவைத் தலைப்பால் நெற்றியை ஒற்றினாள். அப்பா! எவ்வளவு பலவீனமாய்ப் போய்விட்டார்! ஒன்றுமே தாங்கமுடிவதில்லை. அவள் விழிகள் நிறைந்த கன்னத்தில் கண்ணீர் வழிந்தது.

“ஏன் அழுகிறாய்?”

அவனைக் கட்டிக்கொண்டு தேம்பினாள்.

“தாக்ஷாயணி, ஏன் அழுகிறாய்?”

“ஒரு நாள் இது மாதிரி சமயத்தில் உங்களை நான் இழந்துவிடுவேனோ?”

“நம் பையன் இருக்கிறான்”

“இருந்தால் என்ன? உங்களுக்குப் பின்தான் அவன், எல்லாமுமே! நமக்குப் பின்தான் அவன் வந்தான். ஆமாம், எல்லாமே உங்களுக்கு அப்புறந்தான். இது விஷயத்தில் அன்று எப்படியோ அப்படித்தான் எனக்கு இன்றும். நான் இருக்கும்வரை அப்படித்தான்.”

அவள் ஆவேசத்தைக் கண்டு அதிசயித்து நின்றான். மாலை இரவுள் கடக்கும் நேரத்தில், கோயில் மணியோசை காற்றில் மிதந்து வந்து கலக்கையில் அவள் வெறிபிடித்தாற்போல் பேசுவதைக் காணச் சற்று அச்சமாய்க் கூட இருந்தது.

பழுக்கக் காய்ந்த வெல்லப்பாகை யாரோ வாயில் ஊற்றினாற்போல் கனவு கண்டு திடுக்கென விழித்துக் கொண்டாள். அறைக்கு வெளியே நிலவு பட்டை வீசிற்று. அவள் கணவன் படுக்கை விரித்தபடி கிடந்தது. நினைவைச் சரிகூட்டிக் கொள்ளுமுன் உருகோசை புரண்டு வந்து மேலே மோதிற்று. அவளுக்குத் திக்கென்றது. பரபரவென எழுந்து வெளியே வந்தாள்.

பூந்தொட்டிகள் சூழ்ந்த கல்மேடைமேல் அவன் உட்காந்திருந்தான். மடியில் பாபு தலைவைத்துக் கவர்ச்சியான அலங்கோலத்தில் தூங்கிக் கொண்டிருந்தான். பசுபதி ஒரு கையால் தம்பூரை இறுகத் தழுவிக் கொண்டிருந்தான்.

அவள் அவனிடமிருந்து தம்பூரைப் பிடுங்கிக்கொள்ள முயன்றாள். “வேண்டாம்..”

“இல்லை, நான் பாடவில்லை. வெறுமெனச் சுருதி மாத்திரம் மீட்டிக்கொண்டிருக்கிறேன்.”

“அதற்கும் நேரமாகவில்லையா?”

அவன் வெறுமெனச் ‘சூள்’ கொட்டினான். அவள் எதிரே அமர்ந்தாள். காற்று சில்லென வெட்டிற்று. உடம்பைச் சிலிர்த்து ஒடுங்கிக் கொண்டாள்.

“இது உங்களுக்கு உடம்புக்காகுமா?” அவள் சொன்னது செவியில் ஏறியதோ இல்லையோ? தம்புராக் கட்டைமேல் முகத்தைப் பதித்து ஓசையை மூர்க்கமாய் உறிஞ்சிக் குடித்துக் கொண்டிருந்தான்.

எல்லா அரவங்களும் அடங்கிய அவ்வேளையில் தம்பூரிலிருந்து பொழியும் அவ்வோசை பாம்புபோல் அவள்மேல் வழிந்து கவ்விற்று. அது தன்னை விழுங்குவதை உணர்ந்தாள். நாதவெள்ளம் கிறுகிறுவென மூக்கு விளிம்புவரை ஏறிற்று. மூச்சுத்திணறிற்று. இனி ஒன்றும் பண்ணுவதற்கில்லை எனத் தெளிந்ததும் திடீரென மட்டற்ற மகிழ்ச்சி அவளுள் பொங்கிற்று. அதில் தன்னை இழந்து மகிழ்ச்சியுடன் சமர்ப்பித்துக்கொண்டு, மழை நாளில் குழந்தைகள் விடும் காகிதக் கப்பல்போல், தான் சுழலில் அடித்துக்கொண்டு போவதை உணர்ந்தாள். அந்த மூலமூர்க்க ஆனந்தத்தில், மூழ்கித்திணறும் மூச்சு நுனியில் கடைந்தெழுந்து எண்ணங்கள் உருவாகையில் அவை தண்ணீருள் பேசிய பேச்சுப்போல் சத்தம் இழந்து வார்த்தைகள் இழந்து வேகத்தில் வரம்புகளும் இழந்து வெற்றாய் நின்று பம்பரமாய் ஆடும் ஒன்றிலிருந்து வெறும் நீயும் நானுமாய்ப் பிரிந்து அவைகளின் ஜீவனாய் மாத்திரம், சுருதியோசை வெள்ளத்தில் நீந்துகையில், உடல் தாங்க முடியாது மூர்ச்சையில் மூழ்கிப்போனாள்.

"என்ன இது! ஏன் இப்படி இருக்கிறது?"

"எப்படி இருக்கிறது?"

"நெஞ்சில் சந்தோஷம் பொங்குகிறது. ஆனால் தொண்டையைத் துக்கம் அடைக்கிறது. கடகடவெனச் சிரிக்க வாய் திறக்கிறது. ஆனால் அழுகை பீரிட்டுக் கொண்டு வருகிறது. இது என்ன? பயமாயும் இருக்கிறது; சந்தோஷமாயும் இருக்கிறது. நாமே இருக்கிறோமா இல்லையா என்று சந்தேகங்கூடத் தோன்றுகிறது. நாம் இப்பொழுது இல்லையென்றால் வேறு எப்படி இருக்கிறோம்! இருக்கிறோம் என்றால் இல்லாமலும் இருக்கிறோமே? புரியவில்லை. ஆனால் புரியவும் புரிகிறது. ஆனால் புரியவும் வேண்டாம்; என்ன இது?"

"நீயும் நானும் எங்கோ ஓர் எல்லைக்கோட்டின் இருக்கிறோம். நாம் இப்பொழுது குழந்தைகளாகி விட்டோம். குழந்தை தூக்கத்தில் சிரிக்கிறது. உடனே விக்கி விக்கி அழுகிறது. இது என்ன?"

"சுவாமி தூக்கத்தில் குழந்தைக்குத் தாமரைப் பூவைக் காட்டுவாராம்! அதைப் பார்த்ததும் அது சிரிக்குமாம். அவர் பூவை மறைத்ததும் அழுமாம்."

"நாமும் தாமரைப்பூவைப் பார்த்துக்கொண்டுதான் இருக்கிறோம். இல்லை பூவினுள் உட்கார்ந்து கொண்டிருக்கிறோம். குவிந்த இதழ்கள் ஒவ்வொன்றாய்ப் பிரிந்து கொண்டிருக்கின்றன. அல்லது கவிந்துகொண்டிருக்கின்றன. புதுப்பிறப்புகள் புகுந்து

புறப்பட்டுக் கொண்டிருக்கிறோம். நினைவுகள் அழகிய இதழ்கள்.”

அவள் மேடையினின்று இழிந்து அவன் கால்களை மார்புடன் அணைத்துக்கொண்டாள். சுருதியோசை அவர்களைச் சூழ்ந்து கோட்டை கட்டிக்கொண்டது.

“நீங்கள் என் வாழ்க்கையில் வந்து முளைத்ததை நினைக்கட்டுமா? எனக்கு ஒரே சமயத்தில் நம் வாழ்க்கையில் ஏதேதோ நினைவு வருகிறது.”

“நீ எது நினைத்தாலும் உன் இஷ்டமே என் இஷ்டம்.”

“ஒவ்வொரு நாளும் எத்தனையோ முறை எத்தனையோ விதங்களில் என் வாழ்க்கையில் உங்கள் பிரவேசத்தை நினைத்துக் கொள்கிறேன். இன்னும் எனக்கு அலுப்பு ஏற்படவில்லை.”

“உனக்கும் எனக்குமிடையில் இந்நிலையில் அலுப்பு என்பது இல்லை.”

“அது மாத்திரம் அல்ல. நினைத்ததையே நினைத்துக் கொள்வதில், நினைத்ததைச் சொல்வதில் இன்பமாக இருக்கிறது. ஓரொரு சமயமும் ஓரொரு புது அர்த்தம் தோன்றுகிறது. நிஜம்மா, இதைப்பத்தி உங்களிடம் சொல்றப்போ எனக்கு நாக்கு தொண்டைவரை தித்திக்கிறது.”

“உன் சொல்ருசியில் என் நாக்கிலும் எச்சில் ஊறுகிறது.”

“நான் காலேஜிலிருந்து அப்போதுதான் வீட்டுள் நுழைந்தேன். ஆபீஸ் ரூமிலிருந்து அப்பா கூப்பிட்டார். நான் உள்ளே வந்தேன். வந்ததும் உங்கள் முகத்தைக் காணவில்லை. முதுகைத்தான் கண்டேன். சுவரில் மாட்டியிருந்த படத்தை சிந்தித்துக் கொண்டிருந்தீர்கள். முதுகின் பின்னால் கோத்த உங்கள் கைகளைக் கண்டேன். உங்கள் கையைக் கொடுங்களேன்!’ பற்றி இழுத்து இரு கைகளிலும் பொத்திக்கொண்டாள்.

“கையைப் பற்றிப் பேசுகையில், கையைத் தொடணும் போல் ஏக்கமே ஏற்படுகிறது.”

“தாக்ஷாயணீ, இவர்தான் உன் பாட்டு வாத்தியார். இவரிடம் உன்னைப்பற்றி ரொம்பவும் சொல்லியிருக்கிறேன்.”

“நான் கை கூப்பினேன். நீங்கள் நின்ற நிலை மாறவில்லை. ஆனால் மெதுவாய் முகம் மாத்திரம் என் பக்கம் திரும்பிற்று. இறைஞ்சலில் ஏந்திய என் கைகள் இறங்க மறந்தன.”

“என் முகத்தில் அப்போது நீ என்ன கண்டாய்? தயவுசெய்து சொல்லேன்.”

“உங்கள் கேள்வி பெரிய கேள்வி. என்னென்று பதில் சொல்வேன்! அந்த நிமிஷத்தையேதான் இப்பவும் நினைத்துக் கொள்கிறேன். நினைக்க நினைக்க விவரங்கள் பிரளயமாய்ப் பெருகுகின்றன. எதையென்று எடுத்துச் சொல்வேன்.”

“இல்லை, பார்வையின் அந்த க்ஷணப்பதிவில் என்னில் என்ன கண்டாய்? சொல்லேன்!”

“கல் விக்கிரகம் முகம் திரும்பினாற்போல் ‘திக்’கென்றது. அதற்குமேல் என்னைக் கேட்காதேயுங்கள். எனக்குச் சொல்லத் தெரியவில்லை.”

“இல்லை, சொல்; சொல்! உன்னைக் கெஞ்சுகிறேன். சொல்லேன்! நீ சொல்லச் சொல்ல எனக்குப் பலம் ஊறுகிறது.”

“ஒரு தினுசாய் அடிவயிற்றைத் துண்டம் போட்டது. பழுதையென்று நினைத்துப் பாம்பைத் தூக்கிவிட்டேன் போல், ‘பக்‘கென்று சில்லிட்டுக்கொண்டு ஓர் அதிர்ச்சி. முதலில் ‘பக்‘; அப்புறந்தான், திகில், குழறல், கூக்குரல் எல்லாம்.”

“உன் பாஷைக்குத் தலைவணங்குகிறேன்.”

“என் நெஞ்சில் உடனே பதிந்தவை யாவை? உங்கள் நெற்றிமேட்டில் கட்டைவிரல் நகத்தளவில் வளைவாய் ஒரு வடு இருக்கிறதே அது.”

அவன் அதைத் தொட்டுக்கொண்டான். “சின்ன வயசில் திண்ணைக்குத் திண்ணை தாவிக் கீழே விழுந்துவிட்டேன்.”

“உங்கள் முகத்தில் கடுகடுப்பு இல்லாவிட்டாலும் அதில் கடினம் இருந்தது. உங்கள் கண்களில் கனிவு ஏன் இல்லை? இப்படிக் கண்டது என் கண்களின் குற்றமோ?”

“என் கண் லேசாய்ப் பூனைக் கண். அதனாலேயே என் பார்வையில் அதற்கு இல்லாத உக்கிரம் இருக்கலாம்.”

“இல்லை, நாம் இப்பொழுது கண்ணால் கண்டது மாத்திரம் பேசவில்லை. கண் கண்டதால் நெஞ்சு கண்டது. கண்டு கொண்டிருக்கிறோம். ஆகையால் உங்களிடம் நான் கண்டது உங்கள் கண்களின் உக்கிரம் அல்ல. உங்கள் உள்தன்மையின் உக்கிரமேதான். அதை நீங்களும் உடனே நிரூபித்துவிட்டீர்கள்.”

“உன் தகப்பனாருக்கு உன்மேல் இருக்கும் பாசத்தில் அவர் உன் சங்கீதத்தைப் பற்றிச் சொன்னதெல்லாம் காதில் வாங்கிக்கொண்டேனே தவிர ஏற்றுக்கொள்ளவில்லை. இது நாமே நேருக்கு நேர் தெரிந்துகொள்ள வேண்டிய விஷயம் அல்லவா?” என்றீர்கள்.

“என்ன அப்படிச் சொல்கிறீர்கள்?” நீங்கள் சொன்னது அப்பாவுக்குப் பிடிக்கவில்லை. அத்தோடு எடுத்தவுடன் நீங்கள் என்னை ‘நீ’ என்றதும் அவருக்குப் பிடிக்கவில்லை. “எனக்கு சங்கீதத்தைப் பற்றித் தெரியும்“ என்றார்.

“நீங்கள் புன்னகை புரிந்தீர்கள். ஐந்து வயதில் நான் கோலியாடினபோது என் தகப்பனார் என்னைக் கன்னத்தில் அறைந்து இழுத்துவந்து சுவரோடு ஒட்டி வைத்துச் சொல்லிக்கொடுத்த நாளிலிருந்து சாதகம் பண்ணி வருகிறேன். எங்கள் குடும்பம் நினைவு தெரிந்த மூணு தலைமுறையாகச் சங்கீதப் பரம்பரை, அப்படி இருந்தும் சங்கீதத்தைப் பற்றித் தெரியும் என்று சொல்லிக் கொள்ளத் தைரியம் வரவில்லையே!”

“அப்பாவுக்கு இன்னும் ரோசம் வந்துவிட்டது. ‘நான் சங்கீத சபைப் பிரஸிடெண்டு என்று தெரியுமோன்னா?”

‘ஓஹோ! அதனால்? திறப்பு விழாவில் கட்டடத்தின் கதவை கரகோஷங்களிடையே வெள்ளிச் சாவி போட்டுத் திறந்தவர் கட்டடத்தைக் கல்மேல் கல்வைத்துக் கட்டினவர் ஆகிவிடுவாரா? அல்லது உங்கள் தர்க்கப் பிரகாரம் ஆகிவிடவேணுமா?’

அப்பாவுக்கு முகத்தில் ரத்தம் தெறித்தது. சடேரென்று நாற்காலியைப் பின்னுக்குத் தள்ளிக்கொண்டு எழுந்தார்.

‘என் வீட்டிலேயே என்னை அவமானப்படுத்த உம்மை இங்கு அழைத்து வரவில்லை!’

நீங்களும் விடவில்லை. ‘உங்களுக்குப் பிடித்தமானதைப் பேசவும் நான் இங்கு வரவில்லை. நானாகவும் வரவில்லை. உங்கள் பெண்ணுக்குப் பாட்டுச் சொல்லித்தர வேண்டும் என்று நீங்களாக என்னைத் தேடிக்கேட்டு அழைத்து வந்தீர்கள் என்பதை உங்களுக்கு நினைவு மூட்டுகிறேன்.

‘ஆமாம், சபா காரியதரிசி உங்களைப்பற்றிப் பிரமாதமாகப் புகழ்ந்தார். நீங்கள் நாளடைவில் ரொம்பவும் பிரபலமாகப் போகும் பெரிய புள்ளி என்று இன்னும் ஏதேதோ சொன்னார். எனக்கும் என் பெண் எதிலும் சிறந்ததையே அடையவேண்டும் என்னும் அவா உண்டு. அப்படி நான் ஒரு சபதமே பண்ணிக்கொண்டிருக்கிறேன். படிப்போ பாட்டோ புருஷனோ எதுவுமே, ஆம்’

‘நானும் அதையேதான் சொல்கிறேன். உங்கள் பெண் மேல் இருக்கும் பாசம் உங்கள் கண்ணை மறைக்கமுடியும்.’

அப்பா பதிலுக்குப் பதில் சொல்ல முடியாமல் திணறினார். அதுதான் சமயமென நான் இடைமறித்தேன். “ஆமாம், இவரை

எனக்குப் பாட்டுச் சொல்லிக்கொடுக்க அழைத்து வந்தீர்களா? அல்லது சௌகரியமாய்ச் சண்டைபோடக் கூட்டி வந்தீர்களா?"

"அப்போது நீங்கள் என்பக்கம் திரும்பித் தலை வணங்கினீர்கள். மறுபடியும் நான் சிலை அசையக் கண்டேன். எனக்கு நெஞ்சு பரபரத்தது. எப்படியும் நீங்கள் ஆச்சரியமான நிமிஷங்கள் படைத்தவர்."

"தாக்ஷாயணி, நாம் இப்போது நிமிஷத்தின் சிமிழிலிருந்து மையை எடுத்து இட்டுக்கொண்டு வருடங்களைப் பார்த்துக் கொண்டிருக்கிறோம்."

அவளுக்கு மயிர்க்கூச்செறிந்தது. நெஞ்சை அடைத்தது. அவன் கன்னத்தைவிரல் நுனிகளால் தொட்டாள். வார்த்தைகள் மூச்சோடு சேர்ந்து வந்தன. "எப்படி உங்களால் இப்படிப் பேச முடிகிறது?"

அவன் பெருமூச்செறிந்தான். இருவரும் மௌனமாயினர்.

ஆகாயத்தில் பட்சி ஒன்று ஒற்றையாய்ப் பறந்து சென்றது. திசை தப்பிய எண்ணம்போல், நிலவு வெளிச்சத்தில் இரவைத்தான் பகலென்று நினைத்துக் கொண்டதோ? மாலையில் நேரத்தில் கூட்டிலடைய மறந்து இப்பொழுது இரவில் திசை தப்பி அலைகிறதோ? சுருதியிலிருந்து இழைகள் பிரிந்து அவர்களைச் சுற்றியும் மேலும்; மேன்மேலும் கூடு பின்னின.

"ரிமா மமாமமாமாம"

அவன் குரல் தம்பூரின் ஓசையோடு ரகசியமாய்க் கலந்து ஸன்னமாய்ப் பிரிந்து மெதுவாய் வீங்கி எழுந்தது.

அவள் கண்ணீர் கரையுடைந்தது. அவன் பாதங்களை இரு கைகளாலும் வருடினாள். தொண்டை கேவிற்று.

"நான் இப்போது எது நினைத்தேனோ அதற்கு அடியெடுத்துக் கொடுக்கிறீர்கள்!"

அவன் கண்கள் புன்னகை புரிந்தன. குரல் இசையோடு தழுதழுத்தது.

"ஸ... ரி... ரி.... ம... மாம... மா... மா.... மா...."

தடவிக் கொடுத்தாற்போல் அக்ஷரங்கள் ஒன்றோடொன்று குழைந்தன. சுருதியில் ஒளிந்து விளையாடின.

"ஸரி மாம மா மமா மக ரி ரீ.."

அவள் கைகள் கூப்பிக் கோத்துக் குவிந்து அந்தரப் பட்சிபோல் தவித்தன. கன்னத்தில் கண்ணீர் வழிந்தோடியபடி இருந்தது. அவள் அவஸ்தையைக் கண்டு அவன் பாடுவதை நிறுத்தினான்.

"தாக்ஷாயணி, ஏன் அழுகிறாய்?"

"நான் அழவில்லை. என் நெஞ்சை மீட்டுகிறீர்கள். என் நெஞ்சில் எவ்வளவு ஆழம் என்னையும் அறியாமல் பதிந்தீர்கள் என்று அன்றுவரை நான் அறியேன். நான் வளர்ந்த சூழ்நிலையில், எவ்வளவோ புருஷர்களோடு பேசிச் சிரித்துக் கொட்டமடித்திருக்கிறேன். அதற்கு என் வீட்டிலும் தடங்கல் இல்லை. காலேஜில் எத்தனை மாணவர்கள், வகுப்புக்கு எத்தனை வாத்தியார்கள்!"

"அதே மாதிரி பாட்டுக்கும் ஒரு வாத்தியார்."

"அப்படித்தான் அப்பா நினைத்தார். நானும் அப்படித்தான் நினைத்துக் கொண்டிருந்தேன். ஆனால் நீங்கள் அப்படி இல்லை."

"ஏன், எப்படி இருந்தேன்? உன்னிடம் தப்பாக நடந்து கொண்டேனா?"

"இல்லை, இல்லை, ஒருக்காலும் இல்லை. சத்தியமாக இல்லை." ஆவேசத்துடன் அவன் பாதங்களைக் கொட்டியாகப் பிடித்துக்கொண்டாள். "என் முகத்தைக்கூட நீங்கள் சரியாகப் பார்த்தீர்களோ, எனக்கு இன்னும் சந்தேகம். பாடும் நேரம்வரை கல்லாலடித்தாற்போல் உட்கார்ந்திருந்து, வேலையானதும் சொல்லிக்கொள்ளாமல் கூடப் போய்விடுவீர்களே! என்னோடு எங்கே சரியாய்ப் பேசினீர்கள்? நான் ஒருத்தருக்கும் பயப்பட்ட தில்லை. ஆனால் உங்களிடத்தில் எனக்கு ஒரு பீதி கண்டது. அது இன்னமுந்தான் இருக்கிறது. உங்களிடம் ஒரு பிரஸன்னம் இருக்கிறது."

"நான் உன் அடிமை."

"நான்தான் உங்களுக்கு அடிமையானேன். அன்று உங்கள் பாட்டிற்கு அடிமையாகி அதனால் உங்களுக்கு அடிமையாகிவிட்டேன். அன்று நீங்கள் சாமா பாடுகையில் கற்பனை ஸ்வரத்தில் 'மாமாமாமாமா' என்று ஒரே அக்ஷரத்தை ஐந்து தடவை அழுத்தினீர்களே, அதில் ஏதோ ஒரு தருணத்தில், ஒரு 'மா'வில் உங்களுக்கு என்னை இழந்தேன். அன்று நீங்கள் 'மா...மா...' என்று எனக்கு என்ன செய்துவிட்டீர்கள், சொல்லுங்களேன்!"

"நான் என்ன செய்தேன்? உன் தகப்பனார் மாதிரி கேட்கிறாயே!"

"இல்லை, 'மாமாமாமாமா' என்று நீங்கள் உருக்கமாய் இழைக்கையில் திடீரென என் நெஞ்சுள் ஒரு கன்று 'அம்மா' என்று கதறிற்று. அவ்வளவுதான்; உடனே எனக்கு என்னைச்

சுற்றி 'அம்மா! அம்மா!' என்று ஒரேயடியாய் வெள்ளி மணிகளின் அலறல்தான் கேட்டது. நானே என் வசத்தில் இல்லை. என்னைச் சுற்றி ஒரே நீலமாகிவிட்டது. நீங்கள் நம்பினால் நம்புங்கள்; நம்பாவிட்டால் போங்கள். கண்ணை விழித்துக்கொண்டு தான் இருக்கிறேன். சொப்பணம் மாதிரி இருக்கிறது. ஆனால் நீங்கள் என் எதிரில் இல்லை. என் மடியில் குழந்தையாய்க் கிடந்தீர்கள். வெட்கம் விட்டுச் சொல்கிறேன்."

"உனக்கும் எனக்குமிடையில் வெட்கம் என்பது கிடையாது."

நான் மடியில் இருந்த குழந்தைக்குப் பாலூட்டிக் கொண்டிருந்தேன். எனக்குப் பால் பீரிட்டுக்கொண்டு வந்தது. ஆனால் அந்தத் தோற்றம், தோன்றின சுருக்கில் மறைந்தது. கண்ணைக் கசக்கிக்கொண்டு பார்க்கையில், நீங்கள் கண்ணை மூடி உங்கள் பாட்டில் உங்களை இழந்திருந்தீர்கள். உங்கள் முகத்தில் ஒரு தினுசான களை போட்டிருந்தது. உங்கள் நெற்றியில் வேர்வை பொட்டுப் பொட்டாய் நின்றது. 'உங்களை நான் தொடமாட்டேனா? என் முன்றானையால் அந்த வேர்வையை ஒற்றி எடுக்க மாட்டேனா?' என்னில் மூண்டுவிட்ட தாய்மை தவித்தது. அத்தருணத்தில் என்னை உங்களுக்கு இழந்தேன். கானம் கலைந்து நீங்கள் திடுக்கென விழித்துக் கொண்டீர்கள். எதிரில் என்னைப் பார்த்ததும் உங்கள் முகம் கடுகடுத்தது, ஏதோ நீங்கள் ஏமாந்த சமயம் எனக்குத் தெரிந்துவிட்டது போல். தம்பூரைக் கீழே இறக்கிவிட்டுக் குடிக்க ஜலம் கேட்டீர்கள். கொண்டுவந்த தீர்த்தத்தை இரண்டு முழுங்கு சீப்பிக் குடித்துவிட்டு, தம்ளரைப் படக்கெனக் கீழே வைத்துவிட்டுச் சரேலென்று எழுந்து போய்விட்டீர்கள்."

"ஹோட்டலிலேயே சாப்பிட்டு எனக்குச் சீப்பிக் குடிக்கும் வழக்கம் விடவில்லை. என்னை மன்னித்துவிடு."

"மன்னிப்பா?" அவள் ஒரு விதமான ஆத்திரத்துடன் சிரித்தாள். "நான் தம்ளரை இரண்டு கைகளிலும் எடுத்து ஆத்திரத்துடன் நீங்கள் விட்டுப்போன மிச்சத்தை உறிஞ் சிக்குடித்தேன். ஏன் அப்படிச் செய்தேன்? நானே அப்பொழுது அறியேன். உங்கள் மிச்சத்தை உண்டால் என் தாபம் தணியும் என்றா?"

"என்னடீ தாக்ஷாயணீ?"

திரும்பிப் பார்த்தபோதுதான் அம்மா என் பின்னாலேயே நின்று கொண்டிருப்பது தெரிந்தது.

"எனக்கு ரொம்ப அசதியாயிருக்கே.."

தம்பூரை அவசரமாய்க் கீழே இறக்கிவிட்டுப் பரிவுடன் அவள் தலையை மடியில் எடுத்துக்கொண்டான்.

"வெகுநேரம் பேசிவிட்டாய். தூங்கு"

"இல்லை, எனக்குத் தூக்கம் வரவில்லை. வராது நீங்கள் தொடர்ந்து சொல்லுங்களேன்."

"என்னது?"

"நம் கதையை உங்கள் வாய் மூலமும் நான் கேட்க இன்று எனக்கு ஆசையாக இருக்கிறது; இரண்டு குழந்தைகள் ஒன்றுக்கு ஒன்று கதை சொல்லி ஒன்றை ஒன்று தூங்கப் பண்ணிக் கொள்வதுபோல்."

அவன் லேசாய்ச் சிரித்தான்.

அவள் குழந்தை மாதிரி அவனைத் தொந்தரவு பண்ணினாள். "சொல்லுங்கோன்னா."

அவள் மனம் இல்லாமல் இணங்குவதுபோல் பெருமூச்செறிந்தான்; பேசலானான்.

"அடுத்த நாள் மாலை நான் உங்கள் வீட்டுள் நுழைகையிலேயே, ஆபீஸ் அறையிலிருந்து உன் தகப்பனார் கூப்பிட்டார்.

"மிஸ்டர் பசுபதி, நான் திடீரென முடிவு செய்துவிட்டேன். என் பெண்ணிற்கு 'டியூஷன்' நிறுத்திவிடப் போகிறேன். இதோ உங்கள் சம்பளம்; மன்னிக்க வேண்டும்; சரி போய் வருகிறீர்களா? எனக்கு வேலை இருக்கிறது.'

"அவர் நடத்தை வெடுக்கென்று இருந்தது. ஆனால் நான் ஏன் என்று கேட்டுக் கொள்ளவில்லை. ஏன் எதற்கு என்றெல்லாம் கேட்டுப் பேச்சை வளர்த்த எனக்கு எப்போதுமே பிடிப்பதில்லை. அத்தோடு பாட்டு வாத்தியார் பிழைப்பே இப்படித்தான். நான் பேசாமலே அப்படியே போய்விட்டேன். எனக்கு இதெல்லாம் கேட்டுத் தெரிந்து என்ன ஆகவேணும்?

இதெல்லாம் பற்றி நான் சிந்தனைகூடச் செய்யவில்லை. ஆனால் மூன்று நாட்கள் கழித்து, மாலை நான் வெளிக்கிளம்பத் தயாராகிக் கொண்டிருக்கையில் அறைக்கதவை டக்டக்கென்று நாசுக்காய் விரல்கணுவால் தட்டும் சத்தம் கேட்டது. கதவைத் திறந்தேன். உன் தகப்பனார் நின்று கொண்டிருந்தார்."

"உள்ளே வரலாமா, மிஸ்டர் பசுபதி?"

நான் வழிவிட்டேன். "ஹூம்!" சுற்றுமுற்றும் பார்த்தார். நாள்காலி தேடினாரோ என்னவோ? உடையின் வண்ணான் மடிப்பு கலையாதபடி உடம்பை ஜாக்கிரதையாய் இறக்கிக்கொண்டு பாய்மேல் உட்கார்ந்தார். எனக்கு வந்த சிரிப்பை அடக்கிக் கொண்டேன்.

'உங்கள் நேரத்தை வீணாக்குகிறேனோ?'

‘அப்படி ஒன்றும் இல்லை. என் நேரம் எனக்குக் காத்துக்கிடக்கும்.’

“சடக்கென நிமிர்ந்து பார்த்தார். ‘மிஸ்டர் பசுபதி, இப்பொழுது உங்களுக்கு ஆயிரம் ரூபாய் கிடைத்தால் என்ன செய்வீர்கள்?”

‘இதென்ன கேள்வி?’

‘பிறகு சொல்கிறேன். நீங்கள் முதலில் சொல்லுங்கள். ஆயிரம் ஏன், ஆயிரத்தைந்நூறாகத்தான் இருக்கட்டுமே ஒரு மட்டாய்க் கிடைத்தால் என்ன செய்வீர்கள்?’

“என்ன செய்ய முடியாது? என்ன வேணுமானாலும் செய்யலாம். குதிரைவாலில் கட்டி ஒரு மட்டாய்த் தோற்கலாம்; கெலித்தால் பதினைந்தாயிரமாய்ப் பண்ணலாம்.”

“அவர் முகம் சட்டென மாறிற்று. அப்புறந்தான் தெரிந்தது. அவருக்கு ‘ரேஸ்’ பைத்தியம் உண்டு என்று.”

‘உங்களைப் பொறுத்தவரையில் சொல்லுங்களேன்.”

“எனக்கு யோசனை சுவாரசியமாய்த் தானாவே ஓடத்தலைப்பட்டது. ‘பார்க்கலாம், இப்போது நான் வைத்துக் கொண்டிருக்கும் ‘டியூஷன்’களுக்கு அக்கடா என்று ஒரு வருஷத்துக்காவது முழுக்குப் போட்டுவிடலாம். சௌகரியமாய் இஷ்டப்படி சாதகம் செய்யலாம். நால்ல குருவை அடுத்துப் பாடம் கேட்கலாம். மதுரைக்குப் போய் ஓலைச் சுவடிகளைப் புரட்டி ஒரு வருஷமாவது ஆராய்ச்சி செய்ய வேண்டுமென வெகுநாளாய் ஓர் அவா உண்டு.”

“பேஷ், பேஷ்!’ என்று பையிலிருந்து செக் புத்தகத்தை எடுத்துத் துடையில் வைத்துக் கொண்டு எழுத ஆரம்பித்தார். ‘உங்கள் முதல் எழுத்து என்ன?’

‘ஏது, என் விஷயத்தில் இவ்வளவு அக்கறை திடீரென்று?’

‘உம்மிடத்தில் அக்கறை இல்லை. எனக்கு என் பெண் மேல் இருக்கும் அக்கறைதான்.’

‘இதென்ன குரு தக்ஷணையா?’

“அப்படித்தான் வைத்துக் கொள்ளுமே.”

‘இதென்ன, இந்த மூன்று நாளில் தாக்ஷாயணி சங்கீதத்தில் மேதையாகிவிட்டாளா என்ன?’

‘மிஸ்டர் பசுபதி, என் பெண்ணுக்குச் சங்கீதம் வேண்டாம். என் பெண் எனக்கு மிஞ்சினால் போதும். மிஸ்டர் பசுபதி, நான் ஏமாந்துபோனேன். என் பெண் உம்மிடத்தில் மனத்தைப் பறிகொடுத்துவிட்டாள்.’

'கோணி ஊசியால் ஓங்கிக் குத்தினாற்போல் என் மண்டையில் வலி பளீரெனப் பாய்ந்து மின்னிற்று. ஓசைகள் அனைத்தும், அவைகளின் கதியில், அப்படியே தடுக்கி நின்றது. கூரையிலிருந்து ஒரு பல்லி தொப்பென்று மூலையில் சாத்திய தம்பூரின் மேல் விழுந்தது. 'ரொய்......' என்று தந்திகளின் சத்தந்தான் அந்த நிமிஷத்தை விடுதலை செய்தது.

'என்ன சொல்கிறீர்கள்?' அவர் அப்படிக் கேட்கையில் அவரைப் பார்க்க எனக்குப் பரிதாபமாக இருந்தது. 'என் பெண்ணை நான் காப்பாற்ற வேண்டும். ஒரேயடியாய்ப் புத்தி கலங்கியிருக்கிறாள். ஏதோ பிதற்றிக் கொண்டேயிருக்கிறாள். ஆகாரமே செல்லவில்லை. அவளை நீங்கள் என்ன செய்து விட்டீர்கள்?'

எனக்குச் சுருக்கென்றது.

'மிஸ்டர் பசுபதி, உங்களுக்கு என் பெண்ணைக் கொடுப்பேன் என்று நினைக்கிறீர்களோ?'

'நான் நினைப்பேன் என்று நீங்கள் நினைக்கிறது இருக்கட்டும். நீங்கள் கொடுத்தாலும் நான் பண்ணிக்கொள்ள வேண்டாமா? என் சம்மதம் என்று ஒன்று இதில் உண்டே!'

அவருக்கு மூக்குத் துடித்தது. "அதிகப் பிரசங்கித்தனமாய்ப் பேச வேண்டாம். நீங்கள் ஆரம்பத்திலிருந்தே மீறித்தான் போய்க் கொண்டிருக்கிறீர்கள். நான் வார்த்தை பொறுக்கமாட்டேன்."

'வாஸ்தவம், நான் யார்? கேவலம் பாட்டுவாத்தியார் நீங்கள் பெரிய உத்தியோகஸ்தர். உம்மைச் சுற்றி இருப்பவர்கள் எல்லாம் உமக்கு ஆமாஞ்சாமி போட்டுப் போட்டுப் பிறர் அபிப்பிராயம் என்று ஒன்று உண்டு என்பதையே மறந்து விட்டீர்கள். உம்மிடத்தில் பணம் ஏராளமாய் இருக்கிறது.'

"என் கையில் செக்கைத் திணித்தார். 'நீங்கள் என் பெண்ணுக்கு இழைத்திருக்கும் தீங்கிற்கு உம்மைச் சும்மாவே விடுகிறேன் என்று வைத்துக்கொள்ளும்.'"

'கொஞ்சம் மூச்சுவிடுங்கள். உங்கள் பெண்ணிற்கு நான் என்ன தீங்கு இழைத்துவிட்டேன்?'

'இன்னும் என்ன வேண்டும்? ஜவ்வாதுப் பொட்டும் கஸ்துரி வாசனையும் இட்டுக்கொண்டு அவள் மனத்தை மயக்கியிருக்கிறீர்.'

செக்கை நாலு சுக்கல்களாய்க் கிழித்து அவர் ஜேபியில் செருகினேன். "தயவு செய்து போகிறீர்களா?"

'மிஸ்டர் பசுபதி!'

'உடனே போய் விடுங்கள். தயவுசெய்து உடனே.'

அவர் போனபிறகு வெகுநேரம் நான் உட்காந்த இடத்தைவிட்டு அசையவில்லை. உன்னைப்பற்றி நான் அதுவரை நினைத்ததில்லை. நான் ஒரு நாளும் அதுவரை வாசனைகள் உபயோகித்ததும் இல்லை. எங்கோ கடியாரத்தில் மணி ஒன்பது அடித்தது. கஸ்தூரி, ஜவ்வாது, கஸ்தூரி ஜவ்வாது என்று இரண்டு வார்த்தைகள், தொண்டையில் நார் சுற்றிக் கொண்டிருந்தன. இரண்டு கட்டடம் தாண்டினால் சந்தனக்கடை சரக்கென்று எழுந்து சென்றேன். ஜவ்வாதும் கஸ்தூரியும் வாங்கிக் கொண்டு வந்தேன். கண்ணாடி பார்த்துச் செவ்வையாக இட்டுக்கொண்டேன். தம்பூரை மீட்டிக்கொண்டு பாட ஆரம்பித்தேன்.

"நானே என் வசத்தில் இல்லை. அந்த சமயம் எனக்கு உடல் கூட இல்லை. குரலாய் மாறிப் போயிருந்தேன். எத்தனை நேரம் பாடினேனோ?

"மாடிப்படியில் திடுதிடுவென யாரோ ஏறி வரும் சத்தம். கதவு படீரெனத் திறந்தது. வாசற்படியில் ஒரு கணம் நீ நின்றாய். நீ அலங்கோலமாக இருந்தது தெரிந்தது. உன் கண்களில் ஜுரம் அடித்துக்கொண்டிருந்து. ஓடிவந்து அப்படியே என்மேல் விழுந்தாய். சாட்டை மாதிரி உன் பின்னல், பாம்புபோல் என் கழுத்தைச் சுற்றிக்கொண்டது."

அவன் உடல் கிடுகிடென ஆடிற்று. அவள் எழுந்து அவன் தோள்களைப் பற்றிக்கொண்டாள்.

"சில விஷயங்கள் சிலசமயம் நேர்ந்துவிடுகின்றன. அவை நேரும் முறையிலேயே அவைகளுக்கு முன்னும் பின்னும் இல்லை. அவை நேர்ந்ததுதான் உண்டு. அவை நேர்ந்தவிதமல்லாது வேறு எவ்விதமாயும் அவை நேரவும் முடியாது நேர்வது அல்லாமலும் முடியாது. தேர்ந்த சமயத்தில் நேர்ந்தபடி அவை நேர்வது அல்லாது முடியாது. நேர்ந்தமையால், அதனாலே நேர வேண்டியவையாவும் ஆகிவிடுகின்றன. அப்படி நேர வேண்டியவையாய் ஆனதால் அவை நேர்ந்ததால் அவைகளில் ஒரு நேர்மையும் உண்டு. அந்த நேர்மை தவிர அவை நேர்ந்ததற்கு வேறு ஆதாரம் இல்லை. வேண்டவும் வேண்டாம். அவைகளின் ஸ்வரங்களே அவ்வளவுதான்."

"நீங்கள் ஆச்சரியமான நிமிஷங்கள் படைத்தவர்."

இருவரும் வெகு நேரம் அவரவர் சிந்தனையில் ஆழ்ந்திருந்தனர். தம்பூரின்மேல் பதிந்த அவன் நாட்டம் மாறவில்லை.

"சரி, நேரமாகிவிட்டது, எழுந்திருங்கள்."

"ஆகட்டும்."

"இப்போது மணி என்னவோ? கண்ணை ஒரு முறை கொட்டியாவது திறக்கவேண்டாமா?"

"கண்ணை மூடினால் மாத்திரம் நேரமாகவில்லையா? விழித்துக் கொண்டிருந்தாலும் நேரந்தான். தூங்கினாலும் நேரந்தான். ஆகிற நேரம் ஆகிக்கொண்டுதான் இருக்கிறது."

"நிமிஷத்தில் வருஷங்கள். வருஷத்தில் நிமிஷங்கள். காலகதியின் உண்மையான தன்மையில் நிமிஷத்துக்கும் வருஷத்துக்கும் வித்தியாசம் இல்லை."

"நீ படித்திருப்பதால் நீ சொல்வதையெல்லாம் நிருபிக்க முடியும். எனக்குத் தெரிந்தது கூட்டில் அடைபட்டாற்போல் இங்கு இருக்கிறேனே, இந்த எட்டு வருஷங்கள்தாம். எட்டு வருஷங்கள். ஒன்றா இரண்டா...?"

அவள் தலை குனிந்தாள். அவன் புறங்கையில் இரண்டு நெருப்புச் சொட்டுக்கள் விழுந்தன. அவன் மனம் பஸ்மம் போல் பிசுபிசுத்தது.

"தாக்ஷாயணி, ஏன் அழுகிறாய்?"

அவள் முகம் பயத்தில் மாறுவது நிலவில் கூடத் தெரிந்தது. மூக்கை உறிஞ்சிக்கொண்டாள்.

"நீங்கள் எதை நினைக்க வேண்டாம் என்று கவலைப்படு கிறேனோ, அதையேதான் இப்போது இருவரும் நினைத்துக் கொண்டிருக்கிறோம்."

"மனம் என்பது எப்பொழுதும் ஒரு நிலையில் இருப்பதில்லை. அது எண்ணுவதையெல்லாம் எண்ணியே தீரும்."

அவன் கைகளை இறுகப் பற்றிக் கொண்டாள்.

"என்னால் உங்களுக்கு ஒரு சுகம் கிடையாது. நான் படி மிதித்ததிலிருந்து உங்களுக்குக் கஷ்டத்தைத் தவிர வேறெதுவும் இல்லை."

"என் வியாதிக்கும் நீ படி மிதித்ததற்கும் சம்பந்தம் இல்லை. இது குடும்பத்தில் இரண்டு வழியிலும் இருக்கிறது. என் தாய் இறந்தது காசநோயால்தான். என் தாயைப் பெற்ற பாட்டனார் இறந்ததும் அதே வியாதியால்தான். என் ததப்பனாரோ தம் அத்தை மகளையே மணந்துகொண்டார். ஆகையால் நான் எனக்கு வந்ததைத் தப்ப முடியாது. இருந்தாலும் மனம் எப்போதும் ஒருநிலையில் இருப்பதில்லை. அது எண்ணுவதை எண்ணியே தீரும். எண்ணங்களை அறவே ஒழிக்க முடியாது. முடிந்தவரை அடக்கமுடிந்தால் அதுவே ஒசத்தி."

“நானுந்தான் நினைத்துக் கொள்கிறேன்; ஓரொரு சமயம், நீங்கள் எப்படி வீணாய்ப் போய்வீட்டீர்கள் என்று. என்னவோ ஆரம்பத்தில் ஜலதோஷ ஜுரம் என்று தானே நினைத்தோம்.”

“டாக்டர் என்னை வைத்துக்கொண்டு உன்னிடத்தில் தானே சொன்னார்? ஆத்திரத்துடன் கேலி பண்ணினார். ‘அம்மா! உங்களுக்கு உங்கள் புருஷன் மிஞ்சணுமானால் பட்டணத்தைவிட்டு எங்கேயாவது கிராமத்துக்கு ஓடிப்போய் விடுங்கள். இந்த இடத்து மச்சை இன்னும் ஒரு நிமிஷம்கூட சுவாசிக்க இவர் லாயக்கில்லை. சுவாசப்பையில் ஓட்டை விழா எப்போடா என்று காத்துக்கொண்டிருக்கிறது!’”

“இன்று பாலத்தில் நாம் நின்றபோது ரயில் வந்ததே, அப்போது இதைத்தான் நினைத்துக்கொண்டேன். எட்டு வருஷங்களுக்கு முன்னால் இதே வண்டிதானே இந்த ஊரில் நம் இருவரையும் கக்கிவிட்டுச் சென்றது? நான்தான் முதலில் இறங்கினேன். தம்பூரைத் தோளில் மாட்டிக்கொண்டு பின்னால் நீங்கள் இறங்கினீர்கள். உங்களுக்குக் கைகொடுத்து இறங்கவேண்டியிருந்தது. அவ்வளவு பலவீனமாய்ப் போயிருந்தீர்கள். அந்த மூன்று மாதங்களுக்குள்.”

“இப்போதுந்தான் எதற்கு உபயோகம்? உனக்குக் குழந்தையாகவே நானும் ஆகிவிட்டேன். பெண்களுக்குள் ஒரு வசனம் உண்டு; பெற்றது வயிற்றுப் பிள்ளை; கொண்டது கயிற்றுப்பிள்ளை. எப்படி இருந்தால் என்ன? இருவர் மூவரானோம். அது நிமிஷத்தில் சேர்ந்ததா, வருஷத்தில் சேர்நததா?” அவன் முகத்திலிருந்து பத்து வருஷங்கள் சட்டென உதிர்ந்தன. பாபுவின் முதுகைத் தடவினான்.

“நானும் உங்களிடம் ஒன்று சொல்ல விரும்புகிறேன். இந்த நிமிஷத்தில் எதையுமே மனத்தில் ஒளித்து வைக்க முடியவில்லை. இந்த எட்டு வருஷங்களுக்குள் ஒரு தடவை, எப்போது என்று சொல்ல மாட்டேன், நானும் உங்களை விட்டுப் பிரிந்து போய்விடவேண்டும் என்று நினைத்தது உண்டு.”

“ஏன்?” அவளை ஸ்வாரஸ்யத்துடன் கவனித்தான்.

“ஏன் என்றால் என்னத்தைச் சொல்வது? நீங்கள்தான் சொன்னீர்களே, அது மாதிரி ஒரு நிமிஷபுத்திதான். இப்படித் தோசியாய்ப் போய்விட்டேனே என்ற மனக்கசப்பு. பிறந்த வீட்டுச் சபலமும் இருக்கலாம். ஒரே எண்ணம் மனசை முற்றுகையிட்டுவிட்டால்தான் முன்புத்தி பின்புத்தியில்லாமல் அடித்துவிடுமே! என்னவோ நினைத்துக் கொண்டேன்; அவ்வளவுதான். நீங்கள் அசதியாய் உறங்கிக் கொண்டிருந்தீர்கள். பையன் விளையாடப் போயிருந்தான். கடியாரத்தைப்

பார்த்தேன். வண்டிக்கு நாலு நிமிஷங்களே இருந்தன. ஈரக் கையை மடியில் துடைத்துக்கொண்டு கிளம்பிவிட்டேன்.”

அவள் அவனைப் பார்க்கவில்லை. நெற்றியில் அரும்பிய வேர்வையைத் துடைத்துக் கொண்டாள்.

“நான் சொல்வதைச் சொல்லிவிடுகிறேன். இந்த நிமிஷம் என்னால் எதையும் ஒளிக்க முடியவில்லை. நம்மிடையில் இது ஒன்றுதான் இருவருக்கும் தெரியாதது. அதையும் இல்லையென்று பண்ணிவிடுகிறேன். வயல் வரப்புக்களின் மேல் தட்டுத் தடுமாறிக் குறுக்கு வழியில் விழுந்தடித்துக் கொண்டு ஓடினேன். சவுக்குத் தோப்பின் உச்சியில் புகைப்படலம் தெரிந்துவிட்டது. மூங்கில் பாலத்தின்மேல் கால் வைத்தேன். வண்டி ஸ்டேஷனை விட்டுக் கிளம்பிக் கொண்டிருந்தது. நீளமாய் ஒரு முறை ஊதிற்று. இன்னொரு முறையும் ஊதிற்று. ‘ஏ அசடே, வழிதப்பிப் போகாதே. இந்தத் தடவை உன்னைக் காப்பாத்தியாச்சு. இங்கேயே விழுந்துகிட’ என்று கடிவதுபோல் இருந்தது.”

அவளுக்கு மூச்சு இரைத்தது.

அவன் அவள் கையை இழுத்து தன் கையுள் வைத்துக்கொண்டான். அவள் கையை விடுவித்துக்கொள்ள முயன்றாள். “உஷ்!” குழந்தை முழிச்சுக்கறான்!” என்றாள்.

பாபு உடம்பை முறுக்கிக்கொண்டு கண்ணைத் திறந்து, இருந்த இடம் புரியாமல் ஒரு தரம் மிரள விழித்தான். தன் மேல் கவிந்த முகங்களை அடையாளம் கண்டு கொண்டதும் அவன் முகத்தில் வெளிச்சம் உண்டாயிற்று. காலை நீட்டி அவள் மடியில் சொகுசாய்ப் போட்டுக் கொண்டான்.

“அப்பா! அம்மாக்கும் உனக்கும் நடுவில் நான் பாலம்” என்றான்.

பாற்கடல்

நமஸ்காரம், க்ஷேமம், க்ஷேமத்திற்கு எழுத வேணுமாய்க் கேட்டுக் கொள்கிறேன். நீங்களோ எனக்குக் கடிதம் எழுதப் போவதில்லை. உங்களுக்கே அந்த எண்ணமே இருக்கிறதோ இல்லையோ? இங்கே இருக்கும் போதே, வாய் கொப்புளிக்க, செம்பில் ஜலத்தை என் கையிலிருந்து வாங்க, சுற்றும் முற்றும் திருட்டுப் பார்வை, ஆயிரம் நாணல் கோணல். நீங்களா கட்டின மனைவிக்கு கடிதம் எழுதப்போகிறீர்கள்? அதனால் நானே முந்திக் கொண்டதாவே இருக்கட்டும். அகமுடையான் உங்கள் மாதிரியிருந்தால்தானே, என் மாதிரி பெண்டாட்டிக்குப் புத்தகத்தில் கெட்ட பேரை நீங்களே வாங்கி வைக்க முடியும்? "அவள் என்ன படிச்ச பெண், படிச்ச படிப்பு எல்லாம் வீணாய்ப் போகலாமா? ஆம்படையனுக்குக் கடிதாசு எழுதியிருக்கிறாள்!" என்று வீட்டுப் பழைய பெரியவாள், புதுப்பெரியவாள் எல்லாம் என் கன்னத்திலிடிக்காமல், தன் கன்னத்திலேயே இடித்துக்கொண்டு, ஏளனம் பண்ணலாம்! பண்ணினால் பண்ணட்டும், பண்ணட்டும்; நான் எழுதியாச்சு. எழுதினது எழுதினதுதான். எழுதினதை நீங்கள், தலை தீபாவளியுமதுவுமாய், அவ்வளவு தூரத்திலிருக்கிறவர், படித்தது படித்ததுதான். எழுதினதைப் படித்தபின், எழுதினவாளும், படித்தவாளும் குற்றத்தில் ஒண்ணுதானே? வேறு எதிலும் ஒற்றுமையிருக்கிறதோ இல்லையோ?

இதென்ன முதல் கடிதமே முகத்தில் அறையறமாதிரி ஆரம்பிக்கிறது என்று தோன்றுகிறதோன்னோ? சரி, நான் அசடு, போங்கோளேன்; திருப்திதானே? நான் வெகுளி, எனக்கு மனசில் ஒண்ணும் வைத்துக்கொள்ளத் தெரியாது. அப்பாகூட அடிச்சுப்பார்: 'ஜகதா கிட்டே யாரும் அசதி மறதியாக்கூட ஒரு ரகஸ்யத்தைச் சொல்லிவிடாதேயுங்கள். ஒருத்தர் கிட்டேயும் சொல்லக்கூடாது என்றால் ஒரு கடிதாசுத் துண்டிலாவது அதை எழுதி எறிந்துவிடுவாள். இல்லாவிடில் அவளுக்கு மண்டை வெடித்துவிடும். ஜகதா அவ்வளவு ஆபத்தான மனுஷி" ஆமாம், அப்படித்தான் வைத்துக் கொள்ளுங்கள். நான் பின் யாரிடத்தில் சொல்லிக்கொள்வது, தலை தீபாவளிக்கு என் கணவர்

என்னுடன் இல்லாத கஷ்டத்தை? என் அப்பா அம்மாவுக்கு எழுதலாமா? எழுதினால், புக்காத்து விஷயங்களைப் பிறந்த வீட்டுக்கு விட்டுக் கொடுத்தேன் என்கிற பொல்லாப்பைக் கட்டிக்கவா? நான் அசடாயிருக்கலாம்; ஆனால் அவ்வளவு அசடு இல்லை. அப்புறம் எனக்கு யாரிருக்கா; நீங்களே சொல்லுங்களேன்!

தீபாவளிக்கு இரண்டு நாளைக்கு முன்னால் அம்மா வந்திருந்தாள், ஆசையா பெண்ணையும் மாப்பிள்ளையையும் தலை தீபாவளிக்கு அழைத்துப் போகணும் என்று. நீங்கள் ஊரில் இல்லை. இருக்கவும் மாட்டேள் என்று தெரிந்தும் அவள் முகம் விழுந்ததைப் பார்க்கணுமே, எடுத்து மறுபடியும் சேர்த்து ஒட்ட வைக்கிற தினுசாய்த் தானிருந்தது.

“சரி, மாப்பிள்ளைதான் இல்லை. ஜகதாவைக் கூட்டிக் கொண்டு போகிறேனே! நாங்களும் பிரிஞ்சு கொஞ்ச நாளாச்சு. உங்களிடஷ்டப்படி கல்யாணமாகி நாலாம்நாள் கிருஹப் பிரவேசத்துக்கு விட்டதுதானே!” என்று சொல்லிப் பார்த்தாள்.

ஆனால் அம்மா (உங்கள் அம்மா இப்போ எனக்கு இரண்டு அம்மான்னா ஆயிட்டா!) ஓரக்கண்ணால் என்னைப் பார்த்துண்டே, “என் பிள்ளை எப்போ அங்கே வர முடியல்லியோ உங்கள் பெண் இங்கேயே நாலு பேரோடு ஸல்லோபுல்லோன்னு இருந்துட்டுப் போறாள்! இனிமேல் எங்கள் பெண்ணும்தானே! அப்புறம் உங்களிஷ்டம். அவளிஷ்டம். இங்கே ஒருத்தரும் கையைப் பிடிக்கிறதாயில்லே!” என்றார்.

இதென்ன கன்றுக்குட்டிக்கு வாய்ப்பூட்டைப் போட்டுப் பாலூட்டற சமாசாரமா? என்னை அம்மா ஆழம் பார்க்கிறது தெரியாதா, என்ன? நான் ஒண்ணும் அவ்வளவு அசடு இல்லை. இந்த வீட்டிலேயே யார் பளிச்சுன பேசுறா? இங்கேதான் பேசினதுக்குப் பேசின அர்த்தம் கிடையாதே! எனக்குத் திடீர்னு சபலம் அடிச்சுண்டது. என் கையொட்டின தம்பி சீனுவைப் பார்க்கணும்னு. ஒரு நிமிஷம் என்னைப் பிரிஞ்சு இருந்ததில்லை. காலையில் கையலம்பி நனைஞ்ச ட்டையை மாத்தறதிலிருந்து, ராத்திரி தொட்டிலில் அவன் படுக்கையை விரிக்கிறவரைக்கும் அக்காதான் எல்லாம் பண்ணியாகணும். இப்போ குழந்தை என்ன பண்றானோ? ஆனால் நான் இங்கேயே இருக்கேன்னு சொல்லிவிட்டேன். அம்மா கண்களும்பிற்று. அம்மா பேசாமே போயிட்டாள். நான் கொஞ்ச நாழி திக்பிரமை பிடிச்சு நின்றேன். அம்மா குஞ்சிரிப்புடன் என்னை ஒரு நிமிஷம் ஆழ்ந்து நோக்கி விட்டுக் காரியத்தைப் பார்க்கப் போயிட்டார். அவருக்கு உள்ளூற சந்தோஷம். எனக்குத் தெரியும். நான்

பரீட்சையில் ஜெயித்துவிட்டேன் என்று. என்ன பரீக்ஷை? பெண்ணாய்ப் பிறந்தபின் ஸ்வதந்திரம் ஏது என்கிறதுதான்.

"ஆமாம்; நான் கேட்கிறேன் இதென்ன உத்தியோகம், ஒரு நாள் கிழமைக்குக் கூட பெற்றவர் உற்றவர் கூட இல்லாமல் படிக்கு? என்னதான் 'காம் பில் கிளம்பிப் போனாலும் சமயத்துக்கு லீவு வாங்கிக்கொண்டு திரும்பி வர முடியாதா?

ஆனால் எனக்கே தெரிகிறது; பெண்கள் என்ன புருஷர்களுக்குந்தான், என்ன சுதந்திரம் இருக்கிறது? எங்களுக்கு வீடு என்றால் உங்களுக்கு உத்தியோகம். பார்க்கப்போனால் யார்தான் விடுதலையாயிருக்கிறார்கள்? எல்லோரும் சேர்ந்து ஒரு பெரும் சிறையிலிருக்கிறோமே, இந்த உலகத்தில்! பணக்காரன் தங்கக்கூண்டில். இந்த இரண்டு ஸ்திதியிலுமில்லாமல் நம்மைப்போல் இருக்கிறவர்கள் இதிலுமில்லை; அதிலுமில்லை; காலை ஊன்றக்கூட ஆதாரமில்லாமல், அந்தரத்தில் தவித்துக் கொண்டிருக்கிறோம். இல்லாவிடில் இந்தச் சமயத்தில் நாம் பிரிந்து நீங்கள் எங்கேயோ இருப்பானேன்? நான் ஏங்கி உருகித் தவித்துக்கொண்டு? உத்தியோகத்தை உதறிவிட்டு ஓடிவந்துவிட முடிகிறதா? நான் ஒண்ணும் அவ்வளவு அசடு இல்லை. மனஸுவெச்சேன்னா எல்லாம் எனக்குத் தெரியும். இப்போத மனஸு வெச்சிருக்கேன்!

ஆனால் அதற்காக என்னோடு பேசக்கூடாது என்று இருந்ததா? போகிற சமயத்தில் என்னிடம் வந்து, "ஜகதா, நான் போயிட்டு வரட்டுமா?" என்று என்னிடம் ஒரு வார்த்தை சொல்லிக்கொண்டு போனால், தலையைச் சீவிவிடுவார்களா? அதையும்தான் பார்த்துவிடுகிறது; என்ன ஆகிவிடும்? சாந்தியைத் தைக்குத் தள்ளிப்போட்டு விட்டாலும் வாய் வார்த்தைகூட பேசிக்கக்கூடாது என்றால் பிள்ளைகள் கலியாணம் பண்ணிக்கொள்வானேன்? இந்த வீடே வேடிக்கையாய்த் தானிருக்கிறது. நீங்கள் எல்லாம் இப்படியிருக்கிறதால்தானே நாங்கள் எல்லாம் வெட்கம் கெட்டவர்களாகி விடுகிறோம்?

ஆனால் அம்மாவே சொல்லியிருக்கிறாள். கூட்டுக்குடித்தனம் என்றால் அப்படித்தானிருக்கும் என்று அவளும் சம்சாரி வீட்டில்தான் வாழ்க்கைப்பட்டாளாம். இடம் போதாத வீட்டில் நாலு ஜோடிகள் வாசம் பண்ணணுமானால் என்ன பண்றது? வீட்டுக்கு விருந்தாளி வந்துட்டால் கேட்கவே வேண்டாம். திடீர்னு ஒரு ஜோடியின் ஒரு படுக்கை தானாகவே திண்ணையில் வந்து விழுந்துவிடுமாம். சீட்டைப் போட்டுக் குலுக்கினாற் போல் யார் படுக்கை என்று போட்ட பிறகுதான் தெரியுமாம். சொல்லவும் முடியாது, மெல்லவும் முடியாது;

திருடனுக்கு தேள் கொட்டின மாதிரி வாயை மூடிண்டிருக்க வேண்டியதுதான். அம்மா சொல்றதப்போ எனக்கு சிரிப்பாய் வரும். இந்தச் சம்பந்தம் பண்ணுவதற்கு முன்னால் அப்பா கூடச் சொன்னார்: "இதென்னடி, இது அவ்வளவு உசிதமோ? ஒரே சம்சார வீடாயிருக்கிறது. பையன் நாலுபேருக்கு நடுவில் நாலாமவனாயிருக்கிறான். இன்னும் கலியாணத்துக்கு ஒன்று இரண்டு பெண்கள் காத்திருக்கிறாப் போலிருக்கிறது..."

"இருக்கட்டும், இருக்கட்டும், நிறையக் குடித்தனமாயிருந்து நிறையப் பெருகட்டும். நாளாவட்டத்தில் இது தான் நம் பெண்ணுக்கு நல்லதா விளையும், பாருங்கோ. இப்போ நமக்கு என்ன குறைஞ்சு போச்சு? எடுத்தவுடனே இக்கு பிடுங்கல் இல்லாமல், கையை கோத்துண்டு போனவாளெல்லாம் கடைசியில், உலகம் தெரியாமல், எது நிலைச்சுது தெரியாமல், நாயும் பூனையுமா நாறிண்டிருக்கிறதை நான் பார்த்துண்டுதானே இருக்கேன்! பையன் நல்ல வேளையா நாலாம் பிள்ளையாத்தானே இருக்கான்? என் மாதிரி, என் பெண், வீட்டுக்கு மூத்த நாட்டுப்பெண்ணாய் வாழ்க்கைப்பட வேண்டாமே?"

அம்மா அப்படிச் சொல்றப்போ நன்னாத்தானிருக்கு நாவலில் கதாநாயகியாயிருக்க யார்தான் ஆசைப்பட மாட்டார்கள்? ஆனால் தனக்கென்று வரப்போத்தானே தெரியறது? நிஜம்மா, நீங்கள் அன்றைக்கு ஆதரவாய் எனக்கு ஒரு வார்த்தை கூட இல்லாமல் வண்டியிலேறிப் போயிட்ட பிறகு, எனக்கு அழுகையா வந்துவிட்டது. என் நெஞ்சின் பாரத்தை யாரிடம் கொட்டிக்கொள்வேன்? எல்லாரும் எனக்குப் புதிசு, வாயில் முன்றானை நுனியை அடைச்சுண்டு கிணற்றடிக்கு ஓடிப்போயிட்டேன்.

எத்தனை நாழி அங்கேயே உட்கார்ந்திருந்தேனோ அறியேன்.

"என்னடி குட்டீ, என்ன பண்றே?"

எனக்குத் தூக்கிப் போட்டது. அம்மா எதிரே நின்னுண்டிருந்தாள். உங்கம்மா செக்கச்சேவேல் என்று நெற்றியில் பதக்கம் மாதிரி குங்கமமிட்டுக்கொண்டு கொழ கொழன்னு பசுப்போல் ஒரொரு சமயம் எவ்வளவு அழகாயிருக்கிறார்!

"ஒண்ணுமில்லையே அம்மா!" என்று அவசரமாய்க் கண்ணைத் துடைத்துக்கொண்டேன். ஆனால் மூக்கை உறிஞ் சாமல் இருக்க முடியவில்லை.

"அடாடா! கடுஞ் ஜலதோஷம். மூக்கையும் கண்ணையும் கொட்டறதா? ராத்திரி மோர் சேர்த்துக்காதே" (கபடும் கருணையும் கண்ணில் கூடி அம்மா கண்ணைச் சிமிட்டும்போது,

அதுவும் ஒரு அழகாய்த்தானிருக்கிறது!) "என்னவோ அம்மா, புதுப் பெண்ணாயிருக்கே; உன் உடம்பு எங்களுக்குப் பிடி படறவரைக்கும், உடம்பை ஜாக்கிரதையாப் பார்த்துக்கோ அட; குட்டி இதென்ன இங்கே பாருடீ!"

அம்மா ஆச்சரியத்துடன் கிணற்றுள் எட்டிப் பார்த்தார். அவசரமாய் நானும் எழுந்து என்னென்று பார்த்தேன்; ஆனால் எனக்கு ஒன்றும் தெரியவில்லை.

"ஏ குட்டி, எனக்குத்தான் கண்சதை மறைக்கிறதா? கிணற்றில் ஜலம் இருக்கோ?"

"இருக்கிறதே!"

"குறைஞ்சிருக்கா?"

"இல்லையே, நிறைய இருக்கே!"

"இருக்கோன்னோ? அதான் கேட்டேன்; அதான் சொல்ல வந்தேன். கிணற்று ஜலத்தை சமுத்திரம் அடித்துக் கொண்டு போக முடியாதுன்னு! நேரமாச்சு. சுவாமி பிறையின் கீழ் கோலத்தைப் போடு" என்று குஞ்சிரிப்புடன் சொல்லிக்கொண்டே போய்விட்டார்.

நான் கிணற்றடியிலேயே இன்னும் சற்றுநேரம் நின்றிருந்தேன். நெஞ்சில் சின்னதாய் அகல் விளக்கை ஏற்றி வெச்ச மாதிரியிருந்தது. மேலே மரத்திலிருந்து பவழமல்லி உதிர்ந்து கிணற்றுள் விழுந்து கொண்டிருந்தது. தும்பையறுத்துக் கொண்டு கன்றுக்குட்டி முகத்தை என் கையில் தேய்த்துக் கொண்டிருந்தது.

இந்த வீட்டில் யார்தான் பளிச்சென்று பேசுகிறார்கள்? வெளிச்சம் எல்லாம் பேச்சில் இல்லை. அதைத்தாண்டி அதனுள்தான் இருக்கிறது.

ஆனால் ஊமைக்கு மாத்திரம் உணர்ச்சியில்லையா? அவர்களுக்குத்தான் அதிகம் என்று சொல்லக் கேட்டுருக்கிறேன். ஆனால் நீங்கள் அசல் ஊமையில்லையே, ஊமை மாதிரிதானே! எனக்கு 'ரெஸ்பெக்டே' இல்லையோன்னோ? ஆமாம், அப்படித்தான். போங்கோ நான் உங்களுக்கு இப்போ கடிதம் எழுதவில்லை. உங்களுடன் கடிதத்தில் பேசிக் கொண்டிருக்கிறேன். இல்லை. கடிதாசியில் சிந்தித்துக் கொண்டிருக்கிறேன் என் யோசனை என்னுடையது. அதை யாராலும் தடுக்க முடியாது. என்னாலேயே தடுக்க முடியாதே, நான் என்ன செய்வேன்? நான்தான் அப்பவே சொல்லிவிட்டேனே, என் நெஞ்சிலிருக்கிறதை அப்படியே கொட்டிவிடுவேன் என்று!

எனக்கு மாத்திரம் தெரியாதா, நீங்கள் நெஞ்சில் முள்மாட்டிண்ட மாதிரி, கண்டத்தை முழுங்கிண்டு, முகம் நெருப்பாய்க்காய, வாசலுக்கும் உள்ளுக்குமா அலைஞ்சது? அப்போ உங்களுக்கு மாத்திரம் என்னோடு பேச ஆசையில்லை என்று நான் சொல்ல முடியுமா அதை நினைத்தால்தான் எனக்குத் துக்கம் இப்போகூட நெஞ்சை அடைக்கிறது. என்ன பேசவேண்டும் என்று நினைத்தீர்களோ? அதைக் கேட்கும் பாக்கியம் எனக்கு இல்லை. இதற்கு முன்னால் நீங்கள் யாரோ, நான் யாரோ? பரதேசிக்கோலத்தில் படி தாண்டி உள்வந்து நீங்கள் என் கைபிடித்ததும் ஜன்மேதி ஜன்மங்கள் காத்திருந்த காரியம் நிறைவேறிவிட்டாற்போல் எனக்குத் தோன்றுவானேன்?

அப்படிக் காத்திருந்த பொருள் கைகூடிய பின்னரும், இன்னமும் காத்திருக்கும் பொருளாவே இருப்பானேன்? இன்னமும் ஜன்மங்களின் காரியம் நிறைவேறவில்லையா? இப்பொழுது நெருப்பு என்றால் வாய் வெந்துபோய்விடாது. தாலி கட்டின வீட்டில் அடித்து விழுகிறாயே என்று கேட்காதேயுங்கள். இப்போ நான் சொல்லப்போவதைத் தைரியமாய்த்தான் சொல்லவேணும். நீங்கள் எங்கேயோ 'காம்ப்' என்று தூரதேசம் போய்விட்டீர்கள். இந்த நிமிஷம் எந்த ஊரில் எந்த ஹோட்டலில், சத்தரத்தில், எந்தக் கூரையை அண்ணாந்து பார்த்தபடி என்ன யோசனை பண்ணுகிறீர்களோ? நானும் புழுங்கிக் கொண்டிருக்கிறேன். நீங்கள் திரும்பி வருவதற்குள் எனக்கு எதுவும் நேராது என்று என்ன நிச்சயம்? நினைக்கக்கூட நெஞ்சு கூசினாலும், நினைக்கத்தான் செய்கிறது. உங்களைப்பற்றியும் அப்படித்தானே? அந்தந்த நாள் ஒரு ஒரு ஆயுசு என்று கழியும் இந்த நாளில், நாமிருவரும், இவ்வளவு சுருக்க, இவ்வளவு நாள் பிரிந்திருக்கும் இந்தச் சமயத்தில், நம்மிருவரிடையிலும் நேர்ந்திருக்கும் ஒரு ஒரு பார்வையிலும், மூச்சிலும் தாழ்ந்த ஒன்றிரண்டு பேச்சுக்களும், நாடியோ, அகஸ்மாத்தாவோ, ஒருவர் மேல் ஒருவர் பட்ட ஸ்பரிசமோ, நினைவின் பொக்கிஷமாய்த்தான் தோன்றுகிறது. நாங்கள் அம்மாதிரி பொக்கிஷங்களைப் பத்திரமாய்க் காப்பாற்றுவதிலும் அவைகளை நம்பிக் கொண்டிருப்பதிலும்தான் உயிர் வாழ்கிறோம்.

என் தாப்பனாருக்கு வாசலில் யாராவது வயதானவர்கள் போனால், அவரை அறியாமலே அவர் கைகள் கூம்பும். "என்னப்பா?" என்று கேட்டால் சொல்வார். "அம்மா இந்தக்கிழவனார் வயது நான் இருப்பேனோ என்று எனக்கு நிச்சயமில்லை. காலமோ அப்லாயுசுக் காலமாயிருக்கிறது. இந்த நாளில் இத்தனை வயசுவரைக்கும் இருக்கிறதே,

காலத்தையும் வசையும் இவர்கள் ஜயம் கொண்ட மாதிரிதானே? இவர்களுடைய அந்த வெற்றிக்கு வணங்குகிறேன். "அவர் வேணுமென்றே குரலைப் பணிவாய் வைத்துக்கொண்டு அப்படிச் சொல்கையில், ஏதோ ஒரு தினுசில் உருக்கமாயிருக்கும்.

ஏன், அவ்வளவுதூரம் போவானேன்? இந்தக் குடும்பத்திலேயே, ஆயுசுக்கும் ரணமாய், தீபாவளிக்குத் தீபாவளி தன்னைத்தானே புதுப்பித்துக் கொள்ளும் திருஷ்டாந்தம் இல்லையா? நீங்கள் இப்போது நால்வராயிருப்பவர்கள், ஐவராயிருந்தவர்கள் தானே.

கடைசியில் எதைப்பற்றி எழுத வேண்டுமென்று நினைத்திருந்தேனோ, அதுக்கே வந்துவிட்டேன். நீங்கள் இல்லாமலே நடந்த தலை தீபாவளிக் கொண்டாட்டத்தைப் பற்றித்தான்.

அம்மாவைப் பார்த்தால் ஒரு சமயம் பிரமிப்பாய்த் தானிருக்கிறது. அந்த பாரி சரீரத்துடன் அவர் எப்படிப் பம்பரமாய்ச் சுற்றுகிறார். எவ்வளவு வேலை செய்கிறார். ஓய்ச்சல் ஒழிவில்லாமல்! சிறிசுகள் எங்களால் அவருக்குச் சரியாய்ச் சமாளிக்க முடியவில்லையே! மாடிக்குப் போய் அவர் மாமியாருக்குச் சிசுரூஷை பண்ணிவிட்டு, மலம் முதற்கொண்டு எடுக்க வேண்டியிருக்கிறது – வேறொருவரையும் பாட்டி பணிவிடைக்கு விடுவதில்லை – உங்கள் அப்பாவுக்குச் சிசுரூஷை பண்ணிவிட்டு... அப்பாவுக்கு என்ன, இந்த வயசில் இவ்வளவு கோபம் வருகிறது! ஒரு புளியோ, மிளகாயோ, துளி சமையலில் தூக்கிவிட்டால், தாலத்தையும் சாமான்களையும் அப்படி அம்மானை ஆடுகிறாரே! அவரைக் கண்டாலே மாட்டுப் பெண்களுக்கெல்லாம் நடுக்கம் அழகாயிருக்கிறார். வழித்த கழி மாதிரி, ஒல்லியாய், நிமிர்ந்த முதுகுடன்; இந்த வயசில் அவர் தலையில் அவ்வளவு அடர்த்தியாய்த் தும்பை மயிர்! கண்கள் எப்பவும் தணல் பிழம்பாவேயிருக்கின்றன. அம்மா சொல்கிறார்: "என்ன செய்வார் பிராம்மணன்? உத்தியோகத்திலிருந்து 'ரிடையர்' ஆனபிறகு பொழுது போகவில்லை. ஆத்தில் அமுல் பண்ணுகிறார். ஆபிஸில் பண்ணிப் பண்ணிப் பழக்கம்! இனிமேல் அவரையும் என்னையும் என்ன செய்கிறது? எங்களை இனிமேல் வளைக்கிற வயசா? வளைத்தால் அவர் 'டப்'பென முறிஞ்சு போவார். நான் பொத்தைப் பூசணிக்காய் 'பொட்'டென உடைஞ்சு போவேன். நாங்கள் இருக்கிற வரைக்கும் நீங்கள் எல்லாம் ஸஹிச்சுண்டு போக வேண்டியதுதான். இந்த மாடியிலிருக்கிற கிழவீயை வந்த இடத்துக்குச் சேர்க்க வேண்டிய பொறுப்பு ஒண்ணு இருக்கு. அப்புறம்"

“ஏன் அம்மா இப்படியெல்லாம் பேசறேன்?” என்பார் மூத்த ஓர்ப்படி.

“பின்னே என்ன, நாங்கள் இருந்துண்டேயிருந்தால், நீங்கள் உங்கள் இஷ்டப்படி எப்போ இருக்கிறது?”

“இப்போ எங்களுக்கு என்னம்மா குறைச்சல்?”

அம்மாவுக்கு உள்ளூறச் சந்தோஷந்தான். ஆனால் வெளிக் காண்பித்துக் கொள்ளமாட்டார். “அது சரிதாண்டி, நீ எல்லோருக்கும் முன்னாலே வந்துட்டே. பின்னாலே வந்தவாளுக்கெல்லாம் அப்படியிருக்குமோ? ஏன், என் பெண்ணையே எடுத்துக்கோயன்; அவளுக்குக் காலேஜ் குமாரியா விளங்கணும்னு ஆசையாயிருக்கு. இஷ்டப்படி வந்துண்டு போயிண்டு, உடம்பு தெரிய உடுத்திண்டு... நான் ஒருத்திதான் அதுக்கெல்லாம் குந்தகமாயிருக்கேன். அவள் பிறந்ததிலிருந்தே அப்பா உடன் பிறந்தமார் செல்லம். நான் வாயைப் பிளந்தேன்னா முதல் முதலில் பிளையாருக்குத் தேங்காய் உடைப்பவள் அவள்தான். என் வயிற்றுப் பிண்டமே இப்படி யிருந்தால், வீட்டுக்கு வந்தவா நீங்கள் என்ன என் பேச்சைக் கேட்டுடப் பொறேள்?”

“இல்லேம்மா; நாங்கள் நீங்கள் சொன்னதைக் கேட்கறோம்மா..” என்று ஏகக் குரலில் பள்ளிப் பையன்கள், வாய்பாடு ஒப்பிப்பது போல், கோஷ்டியாய்ச் சொல்லுவோம்.

“ஆமா என்னமோ சொல்றேள்; காரியத்தில் காணோம். என்னைச் சுற்றி அஞ்சுபேர் இருக்கேள். முதுகைப் பிளக்கிறது; ஆளுக்கு அஞ்சு நாள் ஏன், நானும் செய்யறேன். என் பெண் செய்யமாட்டாள்; அவள் வீதத்தை நான்தான் செஞ்சாகணும். ஆளுக்கு அஞ்சு நாள் காலையிலெழுந்து காப்பி போடுங்களேன் என்கிறேன். கேட்டதுக்குப் பலன் எல்லோரும் இன்னும் அரைமணி நேரம் அதிகம் தூங்கறேள்.”

எங்களுக்கு ரோஸமாயிருக்கும். இருந்து என்ன பண்ணுகிறது? அம்மாவை எதிர்த்து ஒண்ணும் சொல்ல முடியாது. நாங்கள் 5 1/2 மணிக்கு எழுந்தால் அவர் ஐந்து மணிக்கு எழுந்து அடுப்பை மூட்டியிருப்பார். ஐந்து மணிக்கு எழுந்தால் அவர் 4 1/2 மணிக்கு எழுந்து காப்பியைக் கலந்து கொண்டிருப்பார். நாலரை மணிக்கு எழுந்தால் அவர் 4 மணிக்கு இந்தப் போட்டிக்கு யார் என்ன பண்ண முடியும்?

“வாங்கோ, வாங்கோ; காப்பியைக் குடிச்சுட்டு போயிடுங்கோ, ஆறி அவலாய்ப்போய் அதை மறுபடியும் சட வைக்காதபடிக்கு; அதுவே நீங்கள் பண்ற உபகாரம். நான்தான் சொல்றேனே; நான் ஒண்டியாயிருந்தப்போ எல்லாத்தையும்

நானேதானே செஞ்சாகணும்; செஞ்சிண்டிருந்தேன். இப்பொ என்னடான்னா கூட்டம் பெருத்துப் போச்சு; வேலையை ஏலம் போட்டாறது. ஊம். ஊம்... நடக்கட்டும்... நடக்கட்டும். எல்லாம் நடக்கிற வரையில் தானே? நானும் ஒரு நாள் ஓஞ்சு நடு ரேழியில் காலை நீட்டிட்டேன்னா, அப்போ நீங்கள் செஞ்சுதானே ஆகணும்? நீங்கள் செஞ்சத்தை நான் ஏத்துண்டுதானே ஆகணும்? மடியோ, விழுப்போ, ஆசாரமோ, அநாசாரமோ"

அம்மா அவர் காரியத்தைப்பற்றிச் சொல்லிக்கட்டும். எல்லாமே அவரே செஞ்சுண்டாத்தான் அவருக்குப் பாந்தமாயிருக்கிறது. எங்களைப் பெற்றவர்களும் ஏதோ தங்களுக்குத் தெரிஞ்சதை எங்களுக்குச் சொல்லிதான் வைத்திருக்கிறார்கள். எங்களுக்குத் தெரிஞ்சதை, எங்களால் முடிஞ்சவரை நன்றாய்த்தான் செய்வோம். ஆனால் அவர் ஆசாரத்தைப் பற்றிப் பெருமைபட்டுக் கொள்வதில் கடுகளவு நியாயம்கூட கிடையாது. ஜலம் குடிக்கும்போது ஒரு வேளையாவது பஸ்ஸில் டம்ளர் இடிக்காத நாள் கிடையாது; இதை யாராவது சொன்னால் – இதற்கென்று கொஞ்சம் தைரியமாய் மூத்த ஓரகத்திதான் கேட்கமுடியும் ஒப்புக்கொள்ள மாட்டார். "எனக்குக் காது கேட்கல்லையே!" என்று விடுவார். இதென்ன காதுக்குக் கேட்காவிட்டால் பல்லுக்குத் தெரியாதா என்ன?

உங்கள் தங்கை எங்கேயாவது திரிந்துவிட்டு, ரேழியில் செருப்பை உதறிவிட்டு, காலைக்கூட அலம்பாமல் நேரே அடுப்பங்கரையில் வந்து "என்னம்மா பண்ணியிருக்கே?" என்று வாணலியிலிருந்து ஒற்றை விரலால் வழித்துப் போட்டுக்கொண்டு போவாள். அதற்கு கேள்விமுறை கிடையாது. அதுக்கென்ன செய்வது? நான் அப்படியிருந்தால், என் தாயும் என்னிடம் அப்படித்தான் இருந்திருப்பாளோ என்னவோ? ஆனால் அம்மா ஏதோ, தன் வார்த்தை செல்றதுன்னு சொல்லிக்கலாமே ஒழிய, இவ்வளவு பெரிய சம்சாரத்தில் இத்தனை சிறிசுகள், பெரிசுகள், விதவிதங்களினிடை உழல்கையில், எந்த சீலத்தை உண்மையா கொண்டாட முடியும்?

ஓரோரு சமயம் அம்மா சொல்வதைப் பார்த்தால், என்னவோ நாங்கள் அஞ்சு பேரும் வெறுமென தின்று தெறித்து வளைய வருகிற மாதிரி நினைத்துக்கொள்ளலாம். ஆனால் இந்த வீட்டுக்கு எத்தனை நாட்டுப் பெண்கள் வந்தாலும், அத்தனை பேருக்கும் மிஞ்சி வேலையிருக்கிறது. சமையலைவிட்டமால், வீட்டுக்காரியம் இல்லையா, விழுப்புக்காரியம் இல்லையா, குழந்தைகள் காரியம் இல்லையா, சுற்றுக்காரியம் இல்லையா? புருஷாளுக்கே செய்யற பணிவிடைக் காரியங்கள்,... இதெல்லாம்

காரியத்தில் சேர்த்தியில்லையா? இந்த வீட்டில் எத்தனை பேர்கள் இருக்கிறார்களோ அத்தனை பந்திகள். ஒவ்வொத்தருக்கும் சமயத்துக்கு ஒரு குணம். ஒருத்தருக்குக் குழம்பு, ரஸம், மோர் எல்லாம் கிண்ணங்களில் கலத்தைச் சுற்றி வைத்தாக வேண்டும் ஒருத்தருக்கு எதிரே நின்று கொண்டு கரண்டி கரண்டியாய்ச் சொட்டியாக வேண்டும். நீங்களோ மௌன விரதம்! தலை சுலத்தின்மேல் கவிழ்ந்து விட்டால் சிப்பலைச் சாய்க்கக்கூட முகத்துக்கும் இலைக்கும் இடையில் இடம் கிடையாது; ஒருத்தர் சதா சளசளாவளவளா கலத்தைப் பார்த்துச் சாப்பிடாமல் எழுந்த பிறகு 'இன்னும் பசிக்கிறதே, ரஸம் சாப்பிட்டேனோ? மோர் சாப்பிட்டேனோ?' என்று சந்தேகப்பட்டுக் கொண்டே இருப்பார். குழந்தைகளைப் பற்றியோ சொல்ல வேண்டாம்.

எல்லோர் வீட்டிலும் தீபாவளி முந்தின ராத்திரியானால் நம் வீட்டில் மூணு நாட்களுக்கு முன்னதாக வந்துவிட்டது. அரைக்கிறதும், இடிக்கிறதும், கரைக்கிறதுமாய் அம்மா கை எப்படி வாலிக்கிறது? மைஸூர்ப்பாகு கிளறும் போது கம்மென்று மணம் கூடத்தைத் தூக்குகிறது. நாக்கில் பட்டதும் மணலாய்க் கரைகிறது. அது மணல் கொம்பா, வெண்ணையா? எதை வாயில் போட்டாலும் உங்களை நினைத்துக் கொள்வேன். நீங்கள் என்ன செய்து கொண்டிருக்கிறீர்கள்? மௌனம் ஒன்றைத் தவிர வேறெதைத் தனியாய் அநுபவிக்க முடியும்? மௌனம்கூட ஒரு 'ஸ்டே'ஜிக்குப் பிறகு அனுபவிக்கிற விஷயமில்லை. வழியில்லாமல் ஸஹித்துக் கொள்ளும் சமாசாரம்தான். உங்களுக்கும் எனக்கும் மௌனமாயிருக்கிற வயசா? நெஞ்சக் கிளர்ச்சியை ஒருவருக்கொருவர் சொல்லச் சொல்ல அலுக்காமல், இன்னமும் சொல்லிக்கொள்ளும் நாளல்லவா? நீங்கள் ஏன் இப்படி வாயில்லாப் பூச்சியாயிருக்கிறேள்? நீங்கள் புருஷாள். உங்களுக்கு உண்மையிலேயே விரக்தியிருக்கலாம். நான் உங்களைவிடச் சின்னவள்தானே! உங்கள் அறிவையும் பக்குவத்தையும் என்னிடம் எதிர்பார்க்கலாமா? உங்களுக்காக இல்லாவிட்டாலும் எனக்காகவாவது என்னுடன் நீங்கள் பேசணும். எனக்குப் பேச்சு வேணும். உங்கள் துணை வேணும்... ஐயையோ, இதென்ன உங்களைக் கையைப் பிடித்து இழுக்கிற மாதிரி நடந்துகொள்கிறேனே! என்னை மன்னிச்சுக்கோங்கோ, தப்பா நினைச்சுக்காதேங்கோ. ஆனால் எனக்கு உங்களையும் என்னையும் பற்றித் தவிர வேறு நினைப்பில்லை. 'நானும் நீயும்' எனும் இந்த ஆதாரத்தை ஒட்டின சாக்குத்தான் மற்றதெல்லாம் எனக்கு. இதைப்பற்றிச் சிந்திக்க ஆரம்பித்துவிட்டால், எழுத வந்ததுகூட மறந்துவிடுகிறது.

ஆனால், 'நானும் நீங்களும்' என்று எல்லாம் எண்ணவும் எழுதவும் சுவையாயிருந்தாலும் குடும்பம் என்பதை எங்கே ஒதுக்கிவைக்க முடிகிறது. அல்லது மறந்துவிட முடிகிறது? குடும்பம் என்பது ஒரு க்ஷீராப்தி அதிலிருந்து தான் லக்ஷ்மி, ஐராவதம், உச்ரவஸ் எல்லாம் உண்டாகிறது. குடும்பத்திலிருந்து நீங்கள் முளைத்தனால் தானே எனக்குக் கிட்டினீர்கள்? ஆலகால விஷமும் அதிலிருந்து தான்; உடனே அதற்கு மாற்றான அம்ருதமும் அதில்தான். ஒன்றுமில்லை. அல்ப விஷயம்; இந்தக் குடும்பத்திலிருப்பதால்தானே, தீபாவளியை நான் அநுபவிக்க முடிகிறது! நீங்கள் எங்கேயோ இருக்கிறீர்கள்.

எனக்குத் தோன்றுகிறது. நானும் நீயுமிலிருந்து பிறந்து பெருகிய குடும்பத்தில் நானும் நீயுமாய் இழைந்து மறுபடியும் குடும்பத்துள்ளேயே மறைத்துவிட்ட நானும் நீயின் ஒரு தோற்ற சாக்ஷிதான் தீபாவளியோ? குடும்பமே நானு நீயாய்க் கண்டபின், இரண்டிற்கும் என்ன வித்தியாசம்?

எனக்கு இப்படித்தான் தோன்றிற்று. தீபாவளிக்கு முதல் ராத்ரி. கூடத்து ஊஞ்சலில் புது வேஷ்டிகளும் புடவைகளும் சட்டைகளும் ரவிக்கைகளும் போராய்க் குவிந்திருப்பதைப் பார்த்ததும் ஏன் இத்தனை துணிகளையும் நானே உடுத்திக் கொண்டு விட்டால் என்ன? பொம்மனாட்டி துணிகளை நானும் புருஷாள் துணிகளையும், உங்களுக்காக நானே! நீங்கள்தான் இல்லையே. எல்லாமே இந்த விசுவரூப நானும் நீயுக்குந்தானே?

அம்மா ஒரு மரச்சீப்பில் கரும் பச்சையாய் ஒரு உருண்டையை ஏந்திக்கொண்டு என்னிடம் வந்தார்.

"குட்டீ, சாப்பிட்டுட்டையா?"

"ஆச்சு அம்மா."

"தின்ன வேண்டியதெல்லாம் தின்னாச்சா?"

"ஆச்சு" (அந்தக்கோதுமை அல்வாவில் ஒரு துண்டு வாங்கிட்டால் தேவலை. நான்தான் துண்டு போட்டேன். ஆனால் கேக்கறதுக்கு வெக்கமாயிருக்கே!)

"அப்படியானால் உக்காந்துக்கோ, மருதாணியிடறேன்."

அம்மா என் பாதங்களைத் தொட்டதும் எனக்கு உடல் பதறிப்போச்சு. "என்னம்மா பண்றேள்?" அம்மா கையிலிடப் போறாராக்கும் என்று நினைத்துக்கொண்டிருந்தேன். ஆனால் என் பேச்சு அம்மாவுக்குக் காது கேட்கவில்லை. என் பாதங்களை எங்கோ நினைவாய் வருடிக் கொண்டிருந்தார். வேலை செய்தும் பூப்போன்று மெத்திட்ட கைகள் எனக்கு

இருப்பே கொள்ளவில்லை. அம்மா திடீரென்று என் பாதங்களைக் கெட்டியாப் பிடித்துக்கொண்டு அவை மேல் குனிந்தார். அவர் தோளும் உடலும் அலைச்சுழல்கள் போல் விதிர்ந்தன. உயர்ந்த வெண் பட்டுப்போல் அவர் கூந்தல் பளபளத்தது. என் பாதங்களின் மேல் இரு அனல் சொட்டுக்கள் உதிர்ந்து பொரிந்தன.

"அம்மா! அம்மா!" எனக்கு அழுகை வந்துவிட்டது. அதுவே ஒட்டுவாரொட்டி. எனக்கும் தாங்கிக்கிற மனசு இல்லை.

"ஒண்ணுமில்லேடி குட்டி, பயப்படாதே." அம்மா மூக்கை உறிஞ்சிக்கொண்டு கண்ணைத் துடைத்துக்கொண்டார். "எனக்கு என்னவோ நினைப்பு வந்தது. எனக்கு ஒரு பெண் இருந்தாள். முகம் உடல்வாகு எல்லாம் உன் அச்சுதான். இப்போ இருந்தால் உன் வயசுதான் இருப்பாள். என் நெஞ்சை அறிஞ்சவள் அவள்தான். மூணு நாள் ஜுரம். முதல் நாள் மூடிய கண்ணை அப்புறம் திறக்கவேயில்லை. மூளையில் கபம் தங்கிவிட்டதாம். இப்பொத்தான் காலத்திற்கேற்ப வியாதிகள் எல்லாம் புதுப்புது தினுசாய் வரதே? பின்னால் வந்த விபத்தில் அவளை நான் மறந்துவிட்டேன் என்று நினைத்தேன். ஆனால் இப்போத்தான் தெரியறது. உண்மையில் எதுவுமே மறப்பதில்லை. எதுவுமே மறப்பதற்கில்லை. நல்லதோ கெடுதலோ அது அது, சாப்பாட்டின் சத்து ரத்தத்துடன் கலந்து விடுவதுபோல், உடலிலேயே கலந்து விடுகிறது. நாம் மறந்துவிட்டோம் என்று மனப்பால் குடிக்கையில், 'அடி முட்டாளே! இதோ இருக்கிறேன், பார்!' என்று தலை தூக்கிக் காண்பிக்கிறது. உண்மையில் அதுவே போகப்போக நம்மைத் தாக்கும் மனோ சக்தியாய்க்கூட விளங்குகிறது. இல்லாவிட்டால் என் மாமியாரும் நானும், எங்களுக்கு நேர்ந்ததெல்லாம் நேர்ந்தபின் இன்னும் ஏன் இந்த உலகத்திலே நீடிச்சு இருந்திண்டிருக்கணும்...?"

இதைச் சொல்லிவிட்டு அம்மா அப்புறம் பேசவில்லை. தன்னை அமுக்கிய ஒரு பெரும் பாரத்தை உதறித் தள்ளினாற் போல் ஒரு பெருமூச்செறிந்தார்; அவ்வளவு தான். என் பாதங்களில் மருதாணி இடுவதில் முனைந்தார். ஆனால் அவர் எனக்கு இடவில்லை. என் உருவத்தில் அவர் கண்ட தன் இறந்த பெண்ணின் பாவனைக்கும் இடவில்லை; எங்கள் இருவரையும் தாண்டி எங்களுக்குப் பொதுவாய் இருந்த இளமைக்கு மருதாணியிட்டு வழிபட்டுக் கொண்டிருந்தார். இந்த சமயத்துக்கு அந்த இளமையின் சின்னமாய்த்தான் அவருக்கு நான் விளங்கினேன்; எனக்கு அப்படித்தான் தோன்றிற்று. இப்படியெல்லாம் நினைக்கவும் எனக்குப்

பிடிக்கும். அதனால்தான் எனக்கு அப்படித் தோன்றிற்றோ என்னவோ?

இந்த வீட்டில் சில விஷயங்கள் வெகு அழகாயிருக்கின்றன. இங்கே நாலு சந்ததிகள் வாழ்கின்றன. உங்கள் பாட்டி, பிறகு அம்மா – அப்பா, பிறகு நாங்கள் – நீங்கள், பிறகு உங்கள் அண்ணன் அண்ணிமார்களின் குழந்தைகள். ஆனால் இங்கே எல்லா உயிரினங்களின் ஒருமையின் வழிபாடு இருக்கிறது. இங்கே பூஜை புனஸ்காரம் இல்லை. ஆனால் சில சமயங்களில், இந்த வீடு கோவிலாகவே தோன்றுகிறது. மலைக்கோட்டைமேல் உச்சிப்பிள்ளையார் எழுந்தருளியிருப்பது போல் பாட்டி மூன்றா மாடியில் எழுந்தருளியிருக்கிறார். அங்கிருந்து அவர் செலுத்தும் ஆட்சி எங்களுக்குத் தெரியவில்லை. பாட்டிக்குத் தொந்தரவு கொடுக்கலாகாது எனக் குழந்தைகளுக்கு மூன்றாமாடிக்கு அனுமதி கிடையாது. அது அம்மா தவிர வேறு யாரும் அண்டக்கூடாத பிரகாரம். ஆறுகாலபூஜை போல், அம்மா பாரி சரீரத்தைத் தூக்கிக் கொண்டு, குறைந்தது நாளைக்கு ஆறு தடவையாவது ஏறி இறங்குகிறார். பாட்டிக்கு ஆகாரம் தனியாய் அம்மாவேதான் சமைக்கிறார். அது கஞ்சியா, கூழா, புனர்ப்பாகமா, சாதமா எதுவுமே எங்களுக்குச் சரியாத் தெரியாது. அதை ஒரு தட்டிலே, நிவேதனம் மாதிரி, இலையைப் போட்டு மூடித் தாங்கிக்கொண்டு, முகத்திலும் காலிலும் பளிச்சென பற்றிய மஞ்சளுடன், நெற்றியில் பதக்கம்போல் குங்குமத்துடனும், ஈரம்காயத் தளர முடிந்த கூந்தலில் சாமந்திக் கொத்துடனும் அம்மா மாடியேறுகையில் எனக்கு உடல் புல்லரிக்கிறது.

சிலசமயங்களில் அம்மா அப்பா இரண்டுபேருமே மேலே போய் ஒன்றாய்க் கீழிறங்கி வருகிறார்கள், ஸ்வாமி தரிசனம் பண்ணி வருவதுபோல். ஒரு சமயம் அவர்கள் அப்படி சேர்ந்து வருகையில் 'சடக்'கென்று அவர்கள் காலடியில் விழுந்து நமஸ்காரம் பண்ணிவிட்டேன். அம்மா முகத்தில் ஒரு சிறு வியப்பும் கருணையும் ததும்புகின்றன. அப்பாவின் கன்னங்களில் இறுகிய கடினம்கூடச் சற்று நெகிழ்கிறது.

"என்னடி குட்டீ, இப்போ என்ன விசேஷம்?"

எனக்கே தெரிந்தால்தானே? உணர்ச்சிதான் தொண்டையை அடைக்கிறது; வாயும் அடைச்சுப்போச்சு.. கன்னங்களில் கண்ணீர் தாரை தாரையாய் வழிகிறது. அம்மா முகத்தில் புன்னகை தவழ்கின்றது. அன்புடன் என் கன்னத்தைத் தடவிவிட்டு இருவரும் மேலே நடந்து செல்கிறார்கள். அம்மா தாழ்ந்த குரலில் அப்பாவிடம் சொல்லிக் கொள்கிறார்:

“பரவாயில்லை பெண்ணைப் பெரியவ சின்னவா மரியாதை தெரிஞ்சு வளர்த்திருக்கா.”

அதனால் ஒன்றுமில்லை. என்னவோ எனக்குத் தோன்றிற்று. அவ்வளவுதான். இந்த சமயத்தில் இவர்களை நான் நமஸ்கரித்ததால், மேலிருந்து இவர்கள் பெற்று வந்த அருளில் கொஞ்சம் ஸ்வீகரித்துக் கொள்கிறேன். சந்ததியிலிருந்து சந்ததிக்கு இறங்கி வரும் பரம்பரை அருள்.

எங்களுக்கெல்லாம் எண்ணெய்க் குளி ஆன பிறகு மாடிக்குப்போன அம்மா, வழக்கத்தைவிடச் சுருக்கவே திரும்பிவருகிறார். சமாசாரம் தந்தி பறக்கிறது. “பாட்டி கீழே வர ஆசைப்படுகிறார்.” அப்பாவும் அம்மாவும் மேலேறிச் செல்கிறார்கள். நாங்கள் எல்லோரும் சொர்க்கவாசல் தரிசனத்திற்குக் காத்திருப்பது போல் பயபக்தியுடன் மௌனமாய்க் காத்திருக்கிறோம். சட்டென நினைப்பு வந்தவனாய் ஒரு கொள்ளுப்பேரன் வாண்டு ‘ஸ்டூலை’ வைத்து மேலேறி, மாடி விளக்கின் ‘ஸ்விட்சைப்’ போடுகிறான்.

திடீரென மாடி வளைவில் பாட்டி தோன்றுகிறார். விமானத்தில் சுவாமியை எழுப்பினாற்போல் நாற்காலியில் அவர் இருக்க, அம்மாவும் அப்பாவும் இருபக்கங்களிலும் நாற்காலியைப் பிடித்துக்கொண்டு வெகு ஜாக்கிரதையாய், மெதுவாய், கீழே இறங்குகிறார்கள். பிறகு பத்திரமாய் அப்பா பாட்டியை இரு கைகளிலும் வாரித் தூக்கிக் கொண்டுபோய் மணைமீது உட்காத்தி வைக்கிறார். அப்பா பிடித்துக் கொண்டிருக்க, அம்மா, பதச்சூட்டில் வெந்நீரை மொண்டு மொண்டு ஊற்றி, பாட்டி உடம்பைத் தடவினாற்போல் தேய்க்கிறார். நாங்கள் எல்லோரும் சுற்றி நின்று பார்க்கிறோம்.

இது ஆராதனை இல்லாது எது? ஆமாம், பாட்டியின் உடல்நிலை அடிக்கடி குளிப்பதற்கில்லை, எந்த சாக்கில் மாரில் சளி தாக்கி விடுமோ எனும் பயம். உத்ஸவருக்கு விசேஷ நாட்களில் மாத்திரம் அபிஷேகம் நடப்பதுபோல், பாட்டிக்கு, நாள் கிழமை, பண்டிகை தினம் போதுதான். சர்வ ஜாக்கிரதையாய்க் குளிப்பாட்டு நடக்கும். சற்று அழுத்தித் தேய்த்தால் எங்கே கையோடு சதை பிய்ந்து வந்துவிடுமோ எனும்படி உடல் அவ்வளவு நளினம். அந்த உடலில், மானம் வெட்கம் எனும் உணர்ச்சி வகாரங்களுக்கு எங்கே இடம் இருக்கிறது? எந்த நேரத்தில் இந்த உடல் விலங்கைக் கழற்றி எறியப்போகிறோம் என்று தான் அந்த உயிர் காத்துக் கொண்டிருக்கிறதே! மரம் சாய்ந்துவிட்டாலும் வேர்கள் பூமியிலிருந்து சுழலமாட்டேன் என்கின்றன. பாட்டி நூறு

தாண்டியாச்சென்று நினைக்கிறேன். வருடங்களின் ஸ்புடத்தில் அங்கங்கள், சுக்காய் உலர்ந்து, உடலே சுண்டிய உருண்டை ஆகிவிட்டது.

பாட்டியின் உடம்பைத் துவட்டி அவர் மேல் புடவையை மாட்டி நாற்காலியில் வைத்துக் கூடத்து வெளிச்சத்துக்குக் கொண்டு வருகிறார்கள். நாங்கள் எல்லாரும் நமஸ்கரிக்கிறோம். பாட்டி மேல் கல்லைப் போல் மௌனம் இறங்கிப் பல வருஷங்கள் ஆகிவிட்டன. வாதத்தில் கைகால் முடங்கி நாக்கும் இழுத்துவிட்டபின், கண்கள் தாம் பேசுகின்றன. கண்களில் பஞ்சு பூத்துவிட்டாலும், குகையிலிட்ட விளக்குகள் போல், குழிகளில் எரிகின்றன. நான் தலை குனிகையிலே எனக்குத் தோன்றுகிறது; இவர் இவரா, இதுவா? கோவிலில் நாம் வணங்கிடும் சின்னத்திற்கும், இவருக்கும் எந்த முறையில் வித்தியாசம்? கோவிலில் தான் என்ன இருக்கிறது?

“ஐயோ ஐயோ” என ரேழி அறையிலிருந்து ஒரு கூக்குரல் கிளம்புகிறது. என்னவோ ஏதோ எனப் பதறிப் போய், எதிரோலமிட்டபடி எல்லோரும் குலுங்கக் குலுங்க ஓடுகிறோம். ‘வீல்’ என அழுதபடி குழந்தை அவன் பாட்டிமேல் வந்து விழுகிறான். “என்னடா கண்ணே!” அம்மா அப்படியே வாரி அணைத்துக் கொண்டார். சேகர் எப்பவும் செல்லப்பேரன். இரண்டாமவரின் செல்வமில்லையா?

“பாட்டி! பாட்டி!” பையன் ரோஸத்தில் இன்னமும் விக்கி விக்கி அழுகிறான். “அம்மா அடி அடின்னு அடிச்சூட்டா”

“அடிப் பாவீ! நாளும் கிழமையுமாய் என்ன பண்ணீட்டாடா உன்னை!” அம்மாவுக்கு உண்மையிலே வயிறு எரிந்து போய்விட்டது, கன்னத்தில் அஞ்சு விரலும் பதிஞ் சிருந்ததைப் பார்த்ததும்.

“காந்தீ! ஏண்டி காந்தீ!!”

ரேழியறை ஜன்னலில், காந்திமதி மன்னி உட்கார்ந்திருந்தாள். ஒரு காலைத் தொங்கவிட்டு ஒரு காலைக்குத்திட்டு, அந்த முட்டிமேல் கைகளைக் கோத்துக்கொண்டு. கூந்தல் அவிழ்ந்து தோளில் புரள்வதுகூட அவளுக்குத் தெரியவில்லை. அவள் கண்களில் கோபக்கனல் வீசிற்று. உள் வலியில் புருவங்கள் தெரிந்து, கீழ் உதடு பிதுங்கிற்று. அம்மாவைக் கண்டதும் அவள் எழுந்திருக்கக்கூட இல்லை.

“ஐயையோ!” என் பக்கத்தில் சின்ன மன்னி நின்று கொண்டிருந்தாள். முழங்கையைப்பிடித்துக் காதண்டை, “காந்தி மன்னிக்கு வெறி வந்திருக்கு” என்றாள்.

காந்தி மன்னிக்கு இப்படி நினைத்துக்கொண்டு, இம்மாதிரி முன்னறிக்கையில்லாது குணக்கேடு வந்துவீடும். மூன்று மாதங்களுக்கு ஒரு முறையோ, ஆறு மாதங்களுக்கு ஒரு முறையோ மூன்று நாட்களுக்குக் கதவையடைத்துக் கொண்டு விடுவாள். அன்ன ஆகாரம், குளி ஒன்றும் கிடையாது. சந்திரனை ராகு பிடிப்பதுபோல் பெரிய மனச்சோர்வு அவளைக் கவ்விவிடும். அப்போது அம்மா உள்பட யாரும் அவள் வழிக்குப் போகமாட்டார்கள்.

காந்தி மன்னியின் வாழ்வே தீராத் துக்கமாகிவிட்டது. சின்ன மன்னி அப்புறம் என்னிடம் விவரமாய்ச் சொன்னாள். என்னால் நிஜமாகவே கேட்கவே முடியவில்லை. காதையும் பொத்திக்கொண்டு கண்ணையும் இறுக மூடிக்கொண்டு விட்டேன். அந்தக் காக்ஷியை நினைத்துப் பார்க்க முடியவில்லை. உங்கள் இரண்டாவது அண்ணா, தீபாவளிக்குச் சீனி வெடி வாங்கப் போய்ப் பட்டாசுக் கடையில் வெடி விபத்தில் மாட்டிக்கொண்டு விட்டாராமே! எந்த மஹாபாவி சிகரெட்டை அணைக்காமல் தூக்கி எறிந்தானோ, அல்ல வேறு என்ன நேர்ந்ததோ? வெடித்த வெடியில் கடை சாமான்கள் பனை மர உயரம் எழும்பி விழுந்தனவாமே! அண்ணாவுக்குப் பிராணன் அங்கேயே போய் விட்டதாம். அண்ணாவுக்கு முகமே இல்லையாம்; சில்லு சில்லாய்ப் பேந்துவிட்டதாம். முகமிருந்தவிடத்தில் துணியைப் போட்டு மூடிக்கொண்டு வந்தார்களாம்.

சேகர் அப்போ வயிற்றிலே மூணு மாசமாம். இப்போ சேகருக்கு வயது ஏழா, எட்டா?

நிஜம்மா கேக்கறேன்; இந்தக் கஷ்டத்தை நீங்கள் எல்லோரும் எப்படி ஸஹிச்சிண்டிருந்தீர்கள்? அம்மாவும் அப்பாவும் எப்படி இதிலிருந்து மீண்டார்கள்? நீங்கள் எல்லாரும் முதலில் எப்படி உயிரோடிருக்கிறீர்கள்? காந்திமதி மன்னி கருகிப் போனதற்குக் கேட்பானேன்? இது நேர்வதற்கு முன்னால், அவள்தான் ரொம்பவும் கலகலப்பாய், எப்பவும் சிரிச்ச முகமாய் இருப்பாளாமே!

இப்போக்கூட, அந்த முகத்தின் அழகு முற்றிலும் அழியவில்லை. அவள் சீற்றம் எல்லாம் அவள் மேலேயே சாய்கையில், நெருப்பில் பொன் உருகி நெளிவது போல, தன் வேதனையின் தூய்மையில்தான் ஜ்வலிக்கிறாள். அவளுக்கு அவள் கதி நேர்ந்தபின், மற்றவர் போல் தெறித்துக்கொண்டு பிறந்தகம் போகாமல், எங்களோடு ஒருவராய், இதுவரை இங்கேயே அவள் தங்கியிருப்பதிலும் ஒரு அழகு பொலிகின்றது.

அவளை அவள் கோலத்தில் கண்டதும் அம்மாவுக்குக் கூடச் சற்றுக் குரல் தணிந்தது.

"ஏண்டி காந்தி, இன்னுமா குளிக்கல்லே? வா வா, எழுந்திரு குழந்தையை இப்படி உடம்பு வீங்க அடிச்சிருக்கையே, இது நியாயமா?"

"நியாயமாம் நியாயம்! உலகத்தில் நியாயம் எங்கேயிருக்கு?"

காந்திமதி மன்னி குரலில் நெருப்பு கக்கிற்று.

"அதற்குக் குழந்தை என்ன பண்ணுவான்?"

"பாட்டி! பாட்டி? நான் ஒண்ணுமே பண்ணல்லே. ஊசி மத்தாப்பைப் பிடிச்சுண்டு வந்து 'இதோ பாரு அம்மா'ன்னு இவள் முகத்துக்கெதிரே நீட்டினேன். அவ்வளவுதான்; என்னைக் கையைப் பிடிச்சு இழுத்துக் குனியவெச்சு முதுகிலேயும் மூஞ்சிலேயும் கோத்துக்கோத்து அறைஞ்சுட்டா, பாட்டீ!" பையனுக்குச் சொல்லும் போதே துக்கம் புதிதாய்ப் பெருகிற்று. அம்மா அவனை அணைத்துக்கொண்டார்.

"இங்கே வா தோசி, உன்னைத் தொலைச்சு முழுகிப்பிடறேன்! வயத்திலே இருக்கறபோதே அப்பனுக்கு உலை வெச்சாச்சு. உன்னை என்ன பண்ணால் தகாது?"

அம்மாவுக்குக் கன கோபம் வந்துவிட்டது.

"நீயும் நானும் பண்ணின பாபத்துக்குக் குழந்தையை ஏண்டி கறுவறே? என் பிள்ளை நினைப்புக்கு, அவனையாவது ஆண்டவன் நமக்குப் பிச்சையிட்டிருக்கான்னு ஞாபகம் வெச்சுக்கோ. ஏன் இன்னிக்குத்தான் நாள் பார்த்துண்டையா துக்கத்தை கொண்டாடிச்சு? நானும் தான் பிள்ளையைத் தோத்தூட்டு நிக்கறேன். எனக்குத் துக்கமில்லையா? நான் உதறி ஏறிஞ்சுட்டு வளையவல்லை?"

மன்னி சீறினாள். 'உங்களுக்குப் பிள்ளை போனதும் எனக்கு கணவன் போனதும் ஒண்ணாயிடுமோ?"

நாங்கள் அப்படியே ஸ்தம்பிச்சுப் போயிட்டோம். அம்மாவை நேரிடையாகப் பார்த்து இப்படிப் பேசறவாளும் இருக்காளா? இன்னிக்கு விடிஞ்ச வேளை என்ன வேளை?

அம்மா ஒன்றும் பதில் பேசவில்லை. குழந்தையைக் கீழேயிறக்கிவிட்டு நேரே மருமகளை வாரியணைத்துக் கொண்டார்.

மன்னி பொட்டென உடைந்து போனாள். அம்மாவின் அகன்ற இடுப்பைக் கட்டிக்கொண்டு குழந்தைக்கு மேல் விக்கி அழுதாள். அம்மா கண்கள் பெருகின. மருமகளின் கூந்தலை முடித்து நெற்றியில் கலைந்த மயிரைச் சரியாய் ஒதுக்கிவிட்டார்.

"காந்தி, இதோ பார், இதோ பாரம்மா"

சேகர் ஒரு ஊசி மத்தாப்பை அம்மாவுக்கும் பாட்டிக்கும் முகத்துக்கு நேர் பிடித்துச் சிரித்துக்கொண்டிருந்தான். அவன் கன்னத்தில் கண்ணீர் இன்னும் காயவில்லை.

எங்களில் ஒருவர் விலக்கில்லாமல் எல்லோருக்கும் கண்கள் நனைந்திருந்தன.

குடும்பம் ஒரு பாற்கடல். அதிலிருந்துதான் லக்ஷ்மி ஐராவதம், உச்சஸ்ரவஸ் எல்லாம் உண்டாயின. அதிலிருந்து முளைத்துத்தான் எனக்கு நீங்கள் கிட்டினீர்கள். ஆலஹால விஷமும் அதிலிருந்துதான் உண்டாகியது; உடனே அதற்கு மாற்றான அம்ருதமும் அதிலேயேதான்...

ஜனனி

அணுவுக்கு அணுவாம் பரமாணுவில் பாதியாய் உருக்கொண்டு, பராசக்தியானவள் ஜன்மமெடுக்க வேண்டும் என்னும் ஆசையால் தூண்டப் பெற்றவளாய் ஆகாய வெளியில் நீந்திக் கொண்டிருந்தாள்.

அப்பொழுது வேளை நள்ளிரவு. நாளும் அமாவாசை.

ஜன்மம் எங்கு நேரப்போகிறதோ அங்கே போய் ஒண்டிக்கொள்வோம் என்னும் ஒரே அவாவினால் இடம் தேடிக்கொண்டு காற்றில் மிதந்து செல்கையில் எந்தக் கோவிலிலிருந்து தன் இச்சையைப் பூர்த்தி செய்துகொள்வதற்காகத் தேவி புறப்பட்டாளோ அந்தக் கோவிலுக்கு எதிரேயுள்ள திருக்குளத்தின் அருகில் ஒரு மரத்தின் பின்னிருந்து முக்கல்களும், அடக்க முயலும் கூச்சல்களும் வெளிப்டுவதைக் கேட்டாள். குளப்படிக்கட்டில் ஓர் ஆண்பிள்ளை குந்தியவண்ணம் இரு கை விரல் நகங்களையும் கடித்துக்கொண்டு பரபரப்போடு அவஸ்தைப்பட்டுக் கொண்டிருந்தான்.

ஓர் இளம் பெண் மரத்தடியில் மல்லாந்து படுத்தவண்ணம், இடுப்பைப் பிடித்துக்கொண்டு துடித்தாள்.

ஜன்மம் எடுக்கவேண்டுமெனவே பரமாணுவாய் வந்திருக்கும் தேவியானவள், உடனே அவ்விளந்தாயின் உள்மூச்சு வழியே அவளுள்ளே புகுந்து, கருப்பையில் பிரவேசித்தாள். ஆனால், ஏற்கனவே அவள் வகுத்திருந்த விதிப்படி அவ்விடத்தில் ஒரு பிண்டம், வெளிப்படும் முயற்சியில் புரண்டுகொண்டிருந்தது.

அதனுடன் தேவி பேசலுற்றாள்:

“ஏ ஜீவனே, நீ இவ்விடத்தை விட்டுவிடு. நான் இந்தக் காயத்தில் உதிக்கப் போகிறேன்.”

“தேவி, சத்திய ஸ்வரூபியாகிய உனக்குக் கேவலம் இந்த ஜன்மத்தில் இப்பொழுது ஆசை பிறப்பானேன்? இதன் உபாதைகளைக் கடந்து உன்னிடம் கலக்கத்தானே நாங்கள் எல்லோரும் இப்படித் தவிக்கிறோம்!”

"குழந்தாய், நான் குழந்தையாயிருக்க விரும்புகிறேன். அன்னையாய் இருந்து, என் குடும்பமாகிற இவ்வுலகங்களைப் பராமரித்துப் பராமரித்து நான் கிழவியாகிவிட்டேன். எனக்கு வயதில்லையாயினும், குழந்தையாக வேண்டும் என்னும் இச்சை ஏற்பட்டுவிட்டது"

"தேவி, இப்பொழுது நீ நினைத்திருப்பது அவதாரமா?"

"இல்லை; பிறப்பு. நான் முன்னெடுத்த ஜன்மங்கள், பிறர் தவத்தைத் திருப்திப்படுத்துவதற்கும், துஷ்டர்களைச் சம்ஹரிப்பதற்கும் ஆகும். ஆனால் இப்போதோ, இது என் சுய இச்சை. அப்பொழுதெல்லாம், நான் குழந்தையுருவாக நெருப்பிலோ, பூவிலோ, சங்கிலோ உலகத்தில் இறங்கினேன். இப்போதோ, பாங்காக ஓர் உடலிலிருந்தே புறப்பட விரும்பினேன்."

"தேவி, உன் விளையாட்டை நாங்கள் அறியோம். ஆனால், ஜன்மமெடுக்கும் இந்த விளையாட்டில் நீ ஏமாந்துபோவாய், உன்னைத்தான் நாங்கள் நம்பியிருக்கிறோம். நீயும் எங்களுள் மூழ்கி, உன்னையும் இழந்துவிட்டால், பிறகு நாங்கள் செய்வது தான் என்ன?"

"இதையேதான் என் கணவரும், என் இச்சையை அவரிடம் நான் வெளியிட்டபோது சொன்னார்: 'ஜன்மாவில் முன்பைவிடக் குழப்பங்களும் சந்தேகங்களும் அதிகரித்துவிட்டன. புத்தி அதிகமாய் வளர்ந்து, அசல் சத்தியத்துக்குப் போட்டியாக மாயாக சத்தியத்தைச் சிருஷ்டித்துக்கொண்டு, அதைப் பின்பற்றி, உண்மைக்கும் பொய்க்கும் உள்ள வித்தியாசத்தைக் குழப்பிக்கொண்டிருக்கிறது. நிகழ்ச்சிகளைவிட, நிரூபணைக்கு முக்கியம் அதிகமாய்விட்டது. பிறப்புக்கும் இறப்புக்கும் கொஞ் சமாவது ஓய்வு கொடுக்கவேதான் பிரளயத்தை ஏற்படுத்திக் கொண்டிருந்தேன். ஆனால் அசத்தியத்திற்காகவே ஜீவன்கள் ஒன்றையொன்று அழித்துக்கொள்ளும் வேகம், பிரளயத்தின் அவசியத்தையே குறைத்துக் கொண்டிருக்கிறது."

'நான் கேட்டேன்: 'சத்தியத்துக்கு இறப்பு ஏது, பிறப்பு ஏது?"

"அவர் சொன்னார்: 'வாஸ்தவந்தான். ஆனால் அதற்கு வளர்ப்பு மாத்திரம் உண்டே. சத்தியம் வளர்ந்தால் தானே பயன்படும்? உன்னை ஜன்மங்கள் இதுவரை பாதிக்காமல் இருப்பதும், நீ வளர்ப்பு அன்னையாக இருப்பதும், உன் குழந்தைகள் வளர்ப்புக் குழந்தைகளாக இருப்பதும், நீ நித்திய கன்னியாக இருப்பதும் எதனுடைய அர்த்தம் என் நினைத்துக்கொண்டிருக்கிறாய்? நீயும் உன் குழந்தைகளும் வளர்ப்பதோ, அல்லது வளர்க்க முயல்வதோ, என்ன? சத்தியம்.

ஆகையால், நீ ஜன்மத்தில் படும் சபலமே அசத்தியத்தின் சாயைதான்.." என்றார்.

"அப்படியும் நான் கிளம்பிவிட்டேன். ஆகையால், என் குழந்தாய், நான் குழந்தையாவதற்கு எனக்கு இடம்விடு பார், மாடிமேல் உலக்கை இடிப்பதுபோல், என் குழந்தை பிரசவ வேதனையில் இடும் கத்தல் கேட்கிறது! அவளுக்கு மீறி அவளைத் துன்புறுத்துவது தகாது."

"தேவி, ஜன்மத்தில் அகப்பட்டவன், பொறியுள் அகப்பட்டுக்கொண்ட எலி!"

"குழந்தை, அதைப்பற்றி நீ கவலைப்படாதே. நான் எலியாய்ப் பொறியுள் புகுந்தாலும், நான் எப்பொழுது நினைத்தேனோ அப்பொழுது வெளிப்படப் பொறிக்கதவு எனக்கு எப்போதும் திறந்திருக்கும்."

"தேவி, நீ இதை அறியவேண்டும்; பொறியுள் எலி அகப்பட்ட பிறகு, கதவைத் திறந்துவைத்தாலும், அது பொறிக்குள்ளேயேதான் சுற்றிக்கொண்டிருக்கும். அகப்பட்டுக்கொண்ட பிறகு, அது விடுதலைக்குக்கூடப் பயப்படுகிறது."

"சத்தியம் எப்போதும் ஜயிக்கும். ஆகையால் எனக்கு விரைவில் இடம்விடு; தவிர, உனக்கு இப்பொழுது விடுதலை அளிக்கிறேனே, அதனால் உனக்குச் சந்தோஷம் இல்லையா?"

"ஆனால் இந்த ஜன்மத்தின் மூலம் எனக்கும் விதித்திருக்கும் வினை தீர்ந்தாக வேண்டுமே!"

"அதைத்தான் உனக்குப் பதிலாக நான் அநுபவிக்கப் போகிறேனே! எந்தப் பரமாணுவின் வழி நான் இந்தக் காயத்தினுள் வந்தேனோ, அதன் உருவில் நீ இத்தாயின் வெளி மூச்சில் வெளிப்படுவாயாக! ஆசீர்வாதம்."

"தேவி, நான் மகா பாக்கியசாலி! எல்லோருக்கும் பிறப்பு இறப்பு இரண்டையும் அநுபவித்த பிறகுதான். முக்தி என்றால், எனக்குப் பிறப்பின் முன்னரே விடுதலை கிட்டிவிட்டது! நான் செலவு பெற்றுக்கொள்கிறேன்!"

அந்தப் பரமாணு வெளிப்படுகையில் அவள் வீரிட்டாள்.

"என்ன? என்ன?" குளத்தண்ட காத்திருக்கும் ஆண்பிள்ளை, அலறிக்கொண்டே மரத்தண்டை ஓடிவந்தான்.

கொஞ்ச நாழிகை பேச்சு மூச்சில்லை. பிறகு திடீரென்று ஜலத்தில கல்லை விட்டெறிந்தாற்போல், நள்ளிரவை ஒரு புதுக்குரல் கிழித்தது.

அவனுக்கு உடல் புல்லரித்தது. "நான் வரட்டுமா?"

"இல்லை; இல்லை சரி, இப்போது வா!"

லா.ச.ரா. ♦ 133

அவன் இன்னமும் சற்று அருகில் வந்தான்; ஆனால் இருளில் ஒன்றும் தெரியவில்லை.

"என்ன பிறந்திச்சு?"

இருளில் அவள் குழந்தையைத் தடவிப் பார்த்து விட்டுச் சொன்னாள்: "பொம்புள்ளையாட்டம் இருக்குது."

"அட கடவுளே!"

பராசக்தி சிரித்தாள். ஆனால் மறுகணம் அவளுக்கு மூச்சுத்திணறியது. அவள் முகத்தின்மேல் ஓர் அழுக்குத் துணி விழுந்தது. குரல்வளையை இரு கட்டைவிரல்கள் அழுத்தின. மூச்சு பயங்கரமாய்த் திணறியது. அந்த எமப் பிடியினின்று வீணே விடுவித்துக்கொள்ள முயன்றாள்.

"என்னம்மே, கொழந்தே அடிபாவி! என்னா பண்றே?"

"என்னெ சும்மா விடுன்னா!"

"அடி கொலைகாரி!"

"விடுன்னா விடு "

குழந்தையை அவன் பிடுங்கிக்கொண்டான். "ராச்சஸி! உனக்குப்போய் மகமாயி கொளந்தையெக் குடுத்தாளே!"

"அவளா குடுத்தா! நீ குடுத்தே!"

"இருந்தா என்ன? பாருடீ இந்தப் பாவத்தை, என் மாரிலே பாலைத்தேடுது!"

"சரிதான். என் புருசன் பட்டாளத்திலேருந்து வந்தால், 'இந்தா, சாமி குடுத்தது; கொஞ்சு'ன்னு குடுக்கச் சொல்றியா?"

"கொடும்பாவி, அதனாலே கொலை பண்ணணுமா?"

"சரி, என்னா பண்ணப்போறே?"

"ஓடிப்போயிடுவோம்."

"அதுவும் உன்னை நம்பித்தானே!"

"சரி, வேண்டாம். இந்தக் குளத்தங்கரையிலேயே விட்டுட்டுப் போயிடுவம். தானா உருண்டு தண்ணியிலே விழுந்தாலும் விழுந்துட்டுப் போவுது. பண்ணின பாவம் பத்தாதுன்னா நம்ம கையினாலே சாவணும்? இந்த ஒரு தடவைகூட எடுத்துவிட மாட்டியா?"

"நீ புண்ணியம் தேடற அழகை நீதான் மெச்சிக்கணும்"

"அடி பாவி! ஆடு மாடுங்ககூட உன்னைவிட ஒசத்தீடீ!"

"அது சரி. நான் மனுச ஜன்மந்தானே? இந்த வெட்டிப் பேச்செல்லாம் பேசி நேரத்தை ஓட்டாதே. விட்டுட்டு

வரதுன்னா வா, நான் கண்ணாலே கூடப் பாக்கமாட்டேன். பாத்தாக்கூட ஒட்டிக்கும்."

"நீ இப்படிப்பட்டவன்னு எனக்கு அப்பொ தெரியாதுடீ, தெரிஞ்சா சாகுவாசங்கூட வெச்சுக்க மாட்டேன். உனக்கு எப்பவும் உன்னைப் பத்தின நெனப்புத்தானே?"

குரல்கள் எட்ட எட்டப் போய்த் தூரத்தில் அமுங்கிப் போயின.

குழந்தை தன்மேல் போட்டிருந்த கந்தலை, முஷ்டித்த கைகளாலும் கால்களாலும் உதைத்துக் கொண்டு அழுதது. உடலின் பசியும் குளிரும் புரியவில்லையாயினும், பொறுக்க முடியவில்லை.

அத்துடன் இந்தத் தனிமை இதுவரை அவளுக்குப் பழக்கப்பட்டது. அரூபமாய், எவற்றிலும் நிறைந்த, உள்சத்தின் ஒப்பற்ற ஒரு தன்மையின் தனிமை. ஆனால் இதுவோ, ஓர் உருவுள் கட்டுப்பட்டுவிட்டதால் அதற்கே தனியாயுள்ள தன் தனிமை.

கோபுர ஸ்தூபியின் பின்னிருந்து வெள்ளி, தேவியை அஞ்சலி செய்துகொண்டே கிளம்பியது. காளியாய்க் கத்திக்கத்தி, குழந்தைக்குத் தொண்டை கம்மிவிட்டது. புறப்பட்டுக் கொண்டிருக்கும் சூரியனுடைய கிரணங்களில் கோபுரத்தின் பித்தளை ஸ்தூபி பொன்னாய் மின்னியது.

அப்போது வயதான ஒரு பிராமணர். குளிப்பதற்காகப் படிக்கட்டுகளில் வெகு ஜாக்கிரதையாய் இறங்கினார். 'வீல் வீல்' என்று இருமுறை அலறி, குழந்தை அவர் கவனத்தை இழுத்தது.

"ஐயோ பாவமே! யார் இப்படிப் பண்ணினது?"

குழந்தையை அவர் வாரி எடுத்துக்கொண்டார். அதன் தாய் ஒருவேளை குளத்தில் மிதக்கிறாளா அல்லது வேறு எங்கேனும் போயிருக்கிறாளா என்று சுற்றுமுற்றும் தேடிப் பார்த்துவிட்டு, வேறுவழி இல்லாமல் வந்த காரியத்தையும் மறந்துவிட்டு, அதை எடுத்துக்கொண்டு வீட்டுக்குப் போனார்.

அவர் சம்சாரம் வீட்டு வாசலில் கோலமிட்டுக் கொண்டிருந்தாள். கோலத்தில் குனிந்த தலை நிமிர்ந்த போது, அவள் முகம் அழகாக இருப்பதை ஐயர் கைக்குழவி கண்டது. வாலிபந்தான். ஐயர் கைமூட்டையைக் கண்டதும், அவள் புருவங்கள் அருவருப்பில் தெரிந்தன.

"இப்போ என்ன இது?"

"அடியே, இன்றைக்கு என் மனம் ஏதோமாதிரி குதிக்கிறதடி! உள்ளே வா. வெள்ளிக்கிழமையும் அதுவுமா

நமக்கு ஒரு குழந்தை கிடைத்திருக்கிறது. நான் உன்னிடம் அப்பொழுதே சொன்னேனே, மூன்று நாட்களாய் ஒரே கனவைக் கண்டு கொண்டிருக்கிறேன் என்று வா. வா." தொண்டை கம்மிவிட்டது.

அவர் கண்களில் ஜலம் தாரையாய்ப் பெருகி நின்றது. பூஜைக்கூடத்தின் நடுவில் செதுக்கிய தாமரைப்பூக்கோலத்தில் குழந்தையை வளர்த்திவிட்டுச் சுவரில் மாட்டியிருக்கும் படங்களுக்குக் கைகூப்பி நின்றார். அவர் தேகம் நடுங்கிற்று.

அவர் மனைவி சாவகாசமாய்ப் பின்னால் வந்தாள். ஐயரின் பரவசம் அவளுக்குப் புரியவும் இல்லை. பிடிக்கவும் இல்லை. கோலக் குழாயை ஜன்னலில் 'லொட்'டென்று வைத்துவிட்டு, இடுப்பில் ஒரு கையை ஊன்றிக் கொண்டு காத்துக்கொண்டு நின்றாள்.

"என் கனவைச் சொன்னேனோ?"

"எந்தக்கனா? நீங்கள் சொல்ல ஆரம்பித்தால் காத வழி போகுமே, உங்கள் கனா!"

"மூன்று இரவுகளாய் ஒரே கனவைக் கண்டு கொண்டிருக்கிறேன்... எங்கிருந்தோ ஒரு குழந்தை என் பின்னால் வந்து, மேல துணியைப் பிடித்து இழுத்து, அதன் கழுத்து நோக என்னை நிமிர்ந்து பார்த்து, 'தாத்தா, உங்காத்துலே எனக்கு இடம் கொடேன்!" என்று கேட்கிறது. நாலு ஐந்து வயசுக்கு மேல் இராது. அரையில் மாந்தளிர்ப் பட்டுப் பாவாடை; மேலே சொக்காய் கிடையாது; திறந்த மார்பில், கழுத்தில் காரடையா நோன்புச் சரடு மாதிரி ஒரு மாங்கல்யக் கயிறு. அவ்வளவுதான்.

'அது கேலியாக் கேட்டதோ, வேணுமென்றுதான் கேட்டதோ, தெரியாது. ஆனால் கேட்கும்போதெல்லாம், என் எலும்பு ஒவ்வொன்றும் தனித்தனியாய் உருகிற்றுடி! நானே கரைந்துபோய்விடுவேன் போலிருந்தது என் கனவிற்குத் தகுந்தாற்போல் இன்றைக்கு ஸ்நானம் பண்ணப்போன இடத்திலே, இது அநாதையா"

"சரிதான்! 'தாத்தா'ன்னு முறை வெச்சு உங்க கனாக் குழந்தை கூப்பிட்டத்துக்கோசரம் எனக்கு ஒரு பேத்தியைக் குளத்திலேருந்து பொறுக்கிப் பாத்து எடுத்துண்டு வந்தேளாக்கும்! எந்த வில்லிச்சி பெத்துப் போட்டுட்டுப் போனாளோ போலீஸுலே"

குழந்தை கத்த ஆரம்பித்துவிட்டது.

"ஐயோ, பசிடீ" அதன் பசியமுகையைப் பார்க்கையில், அந்த அம்மாளின் முகம் உள் போராட்டத்தில் முறுகிச் சவுங்கியது.

அவளையும் மீறிக் கைகள் குழந்தையை வாங்கிக்கொண்டன. அன்னையின் வாயும் கைகளும் பாலிடத்தை ஆத்திரத்துடன் தேடித் தவித்தன. அந்த அவஸ்தையைக் கண்டு ஐயர் தலை குனிந்தது.

"நைவேத்தியப் பாலைப் புகட்டு; வேறே வாங்கி வருகிறேன்" கீழ்நோக்கிய அவர் வார்த்தைகள் பூமியில் தெறித்து எழும்பின.

அம்மாள் ஆத்திரத்துடன் கீழே உட்கார்ந்து, குழந்தையை மடியில் 'படக்'கென்று கிடத்திக் கொண்டாள். வார்த்தைகள் வாயினின்று வெடித்து உதிர்ந்தன.

"இப்போ திருப்தியாயிடுத்தோன்னோ? மூணுபேரை ஏற்கனவே முழுங்கினேன். ஒருத்தியை வயசு வரத்துக்கு முன்னாலேயே மாரி தன்கிட்ட வரவழைச்சுண்டுட்டாள்; இன்னொருத்தி ஸ்நானம் பண்ணப்போன இடத்துலே குளத்தோடே போயிட்டா. உங்களுடைய ஏழா மடத்துச் செவ்வாய்கிட்டே அப்பவாவது உங்களுக்குப் பயங்கண்டிருக்கணும். இல்லை. மூணாவது பண்ணிண்டேள்; மூணும் பெத்தேள்; தக்கல்லே. ராமேசுவரம் போனேள். எல்லோரும் பீடையைத் தொலைக்கப் போவார்கள். நீங்கள் என்னடான்னா, கொண்டவளை வயிறும் பிள்ளையுமா அங்கேயே காலராவிலே தொலைச்சுப்பிட்டு இன்னமும் பாவமூட்டையைச் சம்பாதிச்சுண்டு வந்தேன்.'

ஐயர் புழுவாய்த் துடித்தார். "என் பாவந்தான்; ஆனால், என் எண்ணம்"

அவள் சீறினாள். அவளுக்கு ஆவேசம் வந்துவிட்டது. 'உங்கள் எண்ணத்தைப்பத்தி என்னிடம் பேசாதேயுங்கள். குலைவாழையை வெட்டிச் சாய்ச்சாவது நாலாந்தரம் பண்ணிக்கணும்னு தோணித்தே, அதுதான் உங்கள் எண்ணம் ஏதோ உங்களிடம் நாலு காசு இருக்கு. என் வீட்டுலே சோத்துக்குக்கூட நாதியில்லே; அதனாலே என்னை விலைக்கு வாங்கிப்பிட்டோமுங்கற எண்ணத்தானே?"

"இந்தக்குடும்பம் விளங்க ஒரு குழந்தை.."

அம்மாள் 'கடகட'வெனச் சிரித்தாள். "குழந்தையைக் கண்டுட்டேனா? கனாவிலேயும், குளத்தங்கரையிலும் தவிர!"

பதிலையும் தனக்குள்ளே அடக்கிய அக்கேள்வி, பழுக்க நெருப்பில் காய்ச்சியபிறகு, அடிவயிற்றுச் சதையில் மாட்டிக் குடலைக் கிழிக்கும் கொக்கி மாதிரி இருந்தது. நிறைந்த ஆச்சரியத்தில் கத்தி அழக்கூட மறந்துவிட்டாள் குழந்தை!

திடீரென்று அங்கே தேங்கிய சப்த ஓய்ச்சலைக் கண்டதும் அம்மாளுக்கே பயமாய்விட்டது. அவசர அவசரமாய்ப் பாலைக் கொண்டுவந்து குழந்தைக்குப் புகட்ட ஆரம்பித்தாள். வெள்ளிக் கரண்டியில் கொஞ்சங் கொஞ்சமாய் ஊட்டுகையில் குழந்தையின் கடைவாயில் பால் வழிந்தது.

திடீரெனக் குழந்தையின் முகத்தின்மேல் இரண்டு நெருப்புத் துளிகள் விழுந்தன. அம்மாளின் கண்ணீர் கனலாய்க் கொதித்தது. அதன் வெம்மை அம்பாளின் உள் இறங்குகைகயில், 'இவள் ஆத்திரப்படுவது வெறும் கோபத்தினால் அல்ல; வெதும்பிப்போன தன் வாழ்க்கையின் வேதனை தாங்காமல் துடிக்கிறாள்' என்று அவள் உள்ளத்துக்குச் சொல்வதுபோல் இருந்தது.

குழந்தைக்குப் பசி தீர்ந்துவிட்டது. அம்மாளின் தாலியைக் கெட்டியாய்ப் பிடித்துக்கொண்டு தூங்க ஆரம்பித்தாள். அம்மாவுள் கல்லாய் உறைந்துபோயிருந்த ஏதேதோ, இப்பொழுது நெய்ப்பாறை உடைவதுபோல் கிளர்ந்து உருகும் இன்பம் பயங்கரமாக இருந்தது. குழந்தையை இறுக அணைத்துக்கொண்டு, தன் கணவரிடம் சென்றாள்.

"பார்த்தேளோ குழந்தையை, எவ்வளவு கனம்! என்ன பண்றேள், பஞ்சாங்கத்தைப் புரட்டீண்டு?"

"நேற்று என்ன நக்ஷத்திரம், பார்க்கிறேன். ஜாதகம் கணிக்கலாமா என்று"

"சரியாய்ப் போச்சு! இது என்னிக்குப் பிறந்தது. எந்தவேளை, என்ன ஜாதின்னு கண்டோம்? இதைப்பத்தி நமக்கென்ன தெரியும்?"

ஐயர் சிந்தனையில் ஆழ்ந்தார். அவர் மனைவியின் உள்வாக்கு அவளையும் அறியாமல், ஆதிபரையின் நிர்க்குண நிராமயத் தன்மையை வெளியிட்டது. வந்த குழந்தையை அங்கீகரிப்பதைத் தவிர அதன் ஆதியைச் சோதிக்க முயல்வதில் என்ன பலன்?

"சரி, இவளுக்கு என்ன பேரை வைப்போம்?"

அம்மாள் கொஞ்சலாய், "பிடாரி மாதிரி கத்தறது, 'பிடாரி'ன்னு வையுங்களேன். நான் ஊர்ப்பிடாரி; இவள் ஒண்ட வந்த பிடாரி!'

ஐயர், பிள்ளையார் சுழியிட்டு 'ஜனனீ ஜன்ம சௌக்கியானாம்' என ஆரம்பித்து விட்டிருந்த கைக் காகிதத்தைப் பார்த்துக்கொண்டே இருந்தார். அவர் முகம் சட்டென மலர்ந்தது.

குழந்தையைப் பார்த்து மெதுவாய்க் கூப்பிட்டார்:

"ஜனனீ, ஜனனீ..."

***

'பாருங்கோ பாருங்கோன்னா! கொழந்தை விளக்கைப் பாக்கறா!"

பிறந்தபின் சக்தி முதன் முதலாய் இப்போதுதான், ஆண்டவனின் ஜோதி ஸ்வரூபத்தை விளக்குச் சுடரில் பார்க்கிறாள். தானும் அதுவாய் இதுவரை இழைந்திருந்துவிட்டு, இப்பொழுது அதனின்று வெளிப்பட்ட தனிப்பொறியாய் அதனின்று விலகி, அதையே தனியாயும் பார்க்கையில், அதன் தன்மை ஆச்சரியமாய்த்தான் இருக்கிறது. ஆனால் அவள் இப்பொழுது பொறியாயினும், அவன் தூணாய்த்தான் விளக்குச்சுடரில் நிற்கிறான்.

"ஜனனீ!"

'இதைப் பாக்கமாட்டேங்கறேளே! குழந்தை சிரிக்கிறா!" அம்மாள் தன் ஆனந்தத்தில் குழந்தை மாதிரி கைகொட்டிச் சிரிக்கிறாள்.

"ஜனனீ! விளையாட்டு போதுமா? திரும்பி வருகிறாயா?"

"இன்னும் ஆரம்பிக்கக்கூட இல்லையே, அதற்குள்ளாகவா?"

"ஜனனீ, இந்த விளையாட்டுப் போகப்போகப் புரியாது."

"புரிந்து கொள்ள வேண்டுமென்று தானே வந்திருக்கிறேன்?"

"சரி, உன் இஷ்டம்! ஆனால் ஆரம்பிக்கையிலேயே உன் விளையாட்டு உன் இஷ்டம்போல் ஆரம்பித்ததோ?"

"ஏன்?"

"நீ தாய்ப்பாலுக்கு ஆசைப்பட்டாய். கிடைத்ததோ? உன் உயிருக்கே உலை வந்தது. நீ தப்பியது யார் புண்ணியமோ; எப்படியும் உன் சக்தியினால் அல்ல!"

"என்னைப் பார்; கண்ணாட்டி பாருடீ! விளக்கையே பார்த்துண்டிருக்கையே" ஜனனி பார்க்கிறாள்.

"ஜனனீ! ஜனனீ! விளையாட்டில் இன்னும் சிக்கிக் கொள்கிறாய். அந்தப் பார்வையை அவளிடம் ஏன் காட்டினாய்? பார்க்கச் சொன்னால் நேர்ப் பார்வையில்லாது கடைக்கண் நோக்கு ஏன்?"

அம்மாளுக்குத் திடீரென வயிற்றைக் குமட்டியது. 'குடு குடு'வென்று முற்றத்திற்கு ஓடினாள். தொண்டையைத் திரும்பித் திரும்ப மறுக்கிற்று. வாந்தி எடுக்கும் சத்தம் கேட்டு ஐயர் அறையிலிருந்து வெளிவந்தார்.

"என்ன உடம்பு?"

அம்மாளின் சிவப்பு முகத்தில் ரத்தம் குழம்பியது. கண்களில் ஜலம் ததும்பியது. வாந்தி எடுத்த பிரயாசையா, அல்லது வெட்கமா? அம்மாள் பேசவில்லை. குனிந்து கொண்டு நின்றாள்.

"ஓ!" ஐயரின் விழிகள் அகல விரித்தன. அவள் மௌனத்தின் அர்த்தம் பிரம்மாண்டமான அலையாய் அவர்மேல் மோதியது. உடலில் ஒரு சிறு பயங்கூடக் கண்டது. படங்களை அஞ்சலி செய்துகொண்டு அப்படியே நின்றார்.

"ஈசுவரி! எல்லாம் உன் கிருபா கடாக்ஷம்!"

விளக்கில் சுடர் மறுபடி பொறிவிட்டது.

"சரி, சரி; உன் கைவரிசையைக் காட்டுகிறாயாக்கும்! செய், செய்..."

சுடர் மங்கியது. குழந்தை, முகம் விசித்துக் கைகால்களை உதைத்துக்கொண்டு அழ ஆரம்பித்துவிட்டாள்.

****

ஐயர் வீடு ரமித்தது. அவள் வந்த இடத்தில் திருபெருகக் கேட்பானேன்? திரும்பி வராது எனக் கைவிட்ட பொருள்கள், பன்மடங்கு பெருக்கிக்கொண்டு வந்து சேர்ந்தன. எதிர்பாராத இடங்களிலிருந்து சொத்துக்கள் வந்து செறிந்தன. ஆரம்பத்தில் நெஷ்டமென்று கண்டு நம்பிக்கை இழந்த காரியங்களெல்லாம், கடைசியில் பெருத்த லாபத்தைச் சேர்க்கும் வழிகளாய் மாறின.

"இந்தப் பொண்ணு எந்தப் பொண்ணோ! ஆனால் நல்ல ராசி இருக்குடி! அது இருக்கிற இடத்தில் பட்ட மரங்கூடப் பச்சையாத் தழைச்சுப் பூத்துக் குலுங்கறதுடீ!"

***

குழந்தை விளையாடுகிறாள்

"ஜனனீ!'

ஐயர் மடி உடுத்துக்கொண்டு ஆசாரமாய்ப் பூஜையில் அமர்ந்திருக்கிறார். அவர் மூக்கைப் பிடித்துக்கொண்டு எண்ணும் தெய்வம் அவர் மடிமேலேயே தவழ்வது அவருக்குத் தெரியவில்லை.

"அடியே, குழந்தையை எடுடீ, இங்கே சாமானைக் கொட்டறாள்"

"இப்போ எந்தக் குழந்தையை வச்சுக்கச் சொல்றேள்? உங்கள் குழந்தையையா? என் குழந்தையையா?"

அம்மாளுக்கும் ஜனனிக்கும் எப்படியும் ஒட்டவில்லை. அவளுக்குள் ஏதோ ஒன்று அக்குழந்தைக்கு அஞ்சியது. அவளுக்கே என்னவென்று தெரியவில்லை. கண்டெடுத்த குழந்தை என்பதனாலோ என்னவோ, நினைவுக்குக்கூடப் பிடிபடாத ஒரு அவநம்பிக்கை அதன்மேல் வளர்ந்துகொண்டே வந்தது. ஆனால் அவளுள் இன்னொரு குரல் இந்த அவநம்பிக்கைக்கு எதிராக ஓலமிட்டது. ஆனால் அந்த அவநம்பிக்கையே அந்தக்குரலை அமுக்கித் திணற அடித்தது. பிறகு அவளுக்கே ஒரு குழந்தை பிறந்தது. அப்போது உள்குரலை, அந்த அவநம்பிக்கை ஒரே மூச்சாய்க் கொன்றுவிட்டது.

ஆனால் அம்மாளின் மனப் போராட்டத்தை ஜனனி எப்படி அறிவாள்? அவள் தன் மகனுக்கு எடுத்துவிட்டுக் கொண்டிருப்பதைப் பார்த்ததும் ஜனனிக்கும் பால்பசி எடுக்கும். மடிமீது ஏறுவாள். அம்மாளுக்கு ஏனோ மனம் வரவில்லை. முதல் கொஞ்சநாட்களுக்கு வேறு பராக்குக்காட்டியோ, அல்லது பசும்பாலை யூட்டியோ ஏமாற்றி வந்தாள். ஆனால் ஜனனி, தன்னிடம்பால் குடிப்பதற்காகத் திரும்பித் திரும்ப மடிமீது ஏறும் விடாமுயற்சியையும் தீர்மானத்தையும் கண்டதும், உள்ளூற இன்னதென்று சொல்ல இயலாத ஒரு பயமும், அப்பயத்தின் மூலமாகவே ஏற்படும் கோபமும் எழுந்தன. போனால் போகிறது. ஒரு தரந்தான் இடங்கொடுப்போம் என்று ஏன் தோன்றவில்லை என அவளுக்கே தெரியாது. அவளை ஆட்டிய பயம் தலைதூக்கி நிற்கையில், அவள் என்ன செய்ய முடியும்?

ஜனனி லேசில் அவளை விடுவதாக இல்லை. ஒருநாள் மாலை அம்மாள், மகனுக்கு எடுத்துவிட்டுக் கொண்டிருக்கையில், தைரியமாய் மடிமீது ஏறி, மார்புத் துணியைக் கலைத்தாள். அம்மாளுக்கு ஆத்திரம் மீறிவிட்டது. அவளை இழுத்து எதிரே உட்கார வைத்து, 'தான்தோணிப்படையே' என்று வைத்து, முதுகில் இரண்டு அறையும் வாங்கிவிட்டாள்.

குழந்தை ஓவென்று அலறினாள். ஐயர் அறையினின்று ஓடிவந்து அவளை வாரியணைத்துக் கொண்டார். அம்மாள் ஆங்காரத்துடன், மார்போடு ஒட்டிக்கொண்டிருந்த தன் மகனையும் பிடுங்கி அவனையும் அறைந்து விட்டு, சமையலறையில் போய் எதையோ உடைத்தாள். அவள் காரியம் அவளைச் சுடும் வேதனை அவளுக்குத் தாங்க முடியவில்லை. ஐயர் வாய் அடைத்துப்போய்த் தவித்தார். கண்களில் ஜலம் ததும்பிற்று.

லா.ச.ரா. • 141

ஜனனி இப்பொழுது விளக்கெதிரில் படுத்துக் கொண்டிருக்கிறாள். அழுது, அழுத களைப்பில் தூங்கி, விழிப்பு வந்ததும் மறுபடியும் அழுது அழுது முகமே வீங்கிவிட்டது. இந்தப் புது அநுபவம் அவளுக்குத் திகைப்பாக இருக்கிறது.

விளக்குச் சுடர் பொறி விடுகிறது.

"ஜனனீ, உனக்குச் சொல்லவேண்டியதும் உண்டா? நீ எல்லோருக்கும் பாலைக் கொடுப்பவளேயன்றி, குடிப்பவள் அல்ல! உலகில், தான் ஈன்ற கன்றுக்குப் பாலைக் கொடாது தன் பாலைத் தானே குடிக்க முயலும் பசுவுக்குக் கழுத்தில் கடயம் போட்டு விடுவார்கள். உனக்கு இப்பொழுது நேர்ந்திருப்பதும் அதுவே தவிர, வேறல்ல. நீ அவளுக்கு ஒரு குழந்தையைக் கொடுத்து அதனால் அவள் பாலைக் குடித்து விடலாம் என்று நினைத்தாய் அல்லவா? இதுதான் ஜன்மத்தின் முதல் பாடம். எண்ணியது எண்ணியபடி நடக்குமென்று எண்ணாதே!"

***

வளர்ப்புத் தாய்க்கும் ஜனனிக்கும் இடையிலுள்ள பகை பயங்கரமாய் வளர்ந்தது. பகை அம்மாளுடையதேயாகையால், அதன் முழு வேகத்தையும், பாரத்தையும் அவளே தாங்கும்படியாயிற்று. இடாத வேலைகளை இட்டு, சொல்லாத சொற்களைச் சொல்லி, படாத பாடு எல்லாம் படுத்தினாள்.

"வயசுபாட்டுக்கு ஆறது, வேளா வேளைக்கு வந்து வயிறு புடைக்கத் திங்கறதோடு சரி. மத்துப்படி கண்ணிலே படறதில்லே. எல்லைக் காளியா ஊரெல்லாம் சுத்தித் திரிஞ் சுப்பிட்டு அவர் வருகிற வேளைக்கு, இந்தப்பூனையும் இந்தப் பாலைக் குடிக்குமான்னு விளக்கெதிரே கண்ணை மூடீண்டு உட்கார்ந்திருக்கையேடி! எந்த ஊரைப் பொசுக்கலாம்னு யோசனை பண்ணிண்டிருக்கே?"

"இல்லேம்மா.."

"என்னை 'அம்மா'ங்காதேடி! உன்னை ஆசையா அடித்துணியோடு எந்தக் குளத்தங்கரைப் படிக்கட்டிலே இருந்து கொண்டு வந்தாரோ, அங்கே போய் உன் அம்மாவைத் தேடு. அம்மாவாம். அம்மா! என்ன சொந்தண்டியம்மா!"

ஆகவே ஜனனி, இன்னதென்று விளங்காத மனக்கனத்துடனும் வீறாப்புடனும் குளத்தண்டை போய், தன்னையும் அறியாமல், தன்னைத்தானே தேடுகிறாள். ஆனால் அங்கு என்ன இருக்கிறது? ஆழந்தான் இருக்கிறது.

சட்டையும் பாவாடையுமாய் ஜனனி, கையோடு கை கோத்துக்கொண்டு, குளத்தங்கரைப் படிக்கட்டில் திகைத்து நிற்கிறாள்.

திடீரென அவளுள் தாங்கமுடியாத ஆங்காரம் மூண்டது வீட்டுக்கு விரைந்தாள். அம்மாள் சமையலறையில் வேலையாயிருந்தாளோ என்னவோ; ஐயரைக் காணவில்லை. கோபத்தைத் தீர்த்துக்கொள்ள, ஏதாவது ஒன்றைச் சுற்று முற்றும் தேடினாள். கூடத்தில், குழந்தை கைவிரித்தபடி குப்புறப்படுத்துத் தூங்கிக்கொண்டிருந்தான். அவனிடம் பல்லைக் கடித்துக்கொண்டு, கண்களில் பொறி பறக்க, இரு கைகளையும் நீட்டிக்கொண்டு சபித்தாள்.

"உன்னை வைசூரி வாரிண்டு போக!"

கூட விளையாடும் குட்டிகள், ஒருவரை ஒருவர் திட்டிக்கொள்வதைக் கண்டதில்லையா? குழந்தைக்குத் தூக்கத்தில் உடம்பு தூக்கிவாரிப்போட்டது. கையைக் காலை உதைத்துக்கொண்டு அலற ஆரம்பித்துவிட்டான்.

அடிவயிற்றிலிருந்து வந்த அந்த உள்ளக்கொதிப்பு வீண் போகுமா? பையனுக்கு மூன்று நாள் ஜுரம் மழுவாய்க் காய்ந்தது. பிறகு ஒன்று, இரண்டு, பத்து என்று உடம்பெல்லாம் பெரிய முத்துக்கள் வாரியிறைத்துவிட்டன. ஊசி குத்த இடமில்லை. குழந்தை தன் நினைவற்று, போட்டது போட்டபடியே கிடக்கிறான். ஸன்னமாய் இழையும் அனல் மூச்சுத்தான் இன்னமும் உடலுடன் ஒட்டிக்கொண்டிருக்கும் உயிரை உணர்த்துகிறது.

தாய் மூலையில் புரண்டு புரண்டு அழுகிறாள். அவளைச் சுற்றி உட்கார்ந்துகொண்டு, அவளைத் தேற்ற முயலும் உற்றார் உறவினர்களுக்கிடையில் அவளே தனிக்காட்சி ஆகிவிட்டாள். ஐயர் ரேழியில் முன்னும் பின்னுமாய் உலாவிக் கொண்டிருக்கிறார். முன்பைவிட உடல் மெலிந்து, கூன் விழுந்திருக்கிறது. 'அம்பாள் கொடுத்தாள்; அம்பாள் எடுத்துக்கொள்கிறாள்' என்று ஞானம் சமாதானம் சொன்னாலும், பாசம் பசி தீர்ந்துவிடுமா?

ஜனனி படுக்கையண்டை, சுட்டுவிரலை வாயில் சப்பிக்கொண்டு அச்சத்துடன் நிற்கிறாள். அவள் கோபம் அப்போதே பறந்துவிட்டதால், அதன் விளைவாகிய சாபத்தை மாத்திரம் தனியாய்ப் பார்க்கையில், இப்போது பயமாக இருந்தது. அம்பிக்கு இப்படி நேரும் என்று அவள் என்ன கண்டாள்? அம்பிமேல் அவளுக்கு உயிர் இல்லையா? தாயோடு இல்லாத சமயத்தில் தன்னோடு தானே இருப்பான்? இப்படி அவன் கிடப்பதைச் சகிக்க முடிகிறதா? யாரிடம் போய்த் தன் மனக்கஷ்டத்தைச் சொல்லிக்கொள்ள முடியும்? சுவாமியிடந்தான். அப்படித் தானே தாத்தா அவளிடம் சொல்லியிருக்கிறார் – ராத்திரி தூங்குவதற்கு முன்னால், கதை கதையாய், பாட்டாய், தோத்திரமாய்...

பூஜையறைக்குப் போய், விளக்கை ஏற்றி வைத்து, துக்கம் அடைக்கும் தொண்டையுடன், ஆண்பிள்ளை போல் அவள் சாஷ்டாங்கமாய் விழுந்து நமஸ்கரிக்கிறாள்.

“சுவாமி!”

“ஜனனீ! என்ன காரியம் செய்தாய்! குழந்தைக்குப் பிராப்தம் இல்லாதவளுக்குக் குழந்தையைக் கொடுத்தாய். பிறகு அதை விளங்கவொட்டாமல், நீயே பிடுங்கிக்கொள்கிறாய்! நீ சக்தி என்றால், உன் மனம் கூத்து என்ற எண்ணமா? இந்தக் குழந்தையை யார் பெற்றதென்று நினைக்கிறாய்? நீ பெற்ற குழந்தைதான். நீயே விழுங்கப் பார்த்தால் அது உள்ளும் போகாமல் வெளியும் வராமல் தொண்டையில் மாட்டிக் கொண்டதும் எடுத்துவிட என்னைக் கூப்பிடுகிறாயா?”

“அம்மா!”

விளக்கு சிரித்தது.

“ஜனனி, அம்மா என்று யாரைக் கூப்பிடுகிறாய்?”

ஜனனி பூஜையறையினின்று வெளிப்பட்டாள். அவள் கண்கள் ஒளிவீசின. தன்னுள் தான் மூழ்கி, தன்னை மறந்து கைகளையும் கால்களையும் வீசியாடிக்கொண்டு, மகமாயிப் பாட்டுப்பாட ஆரம்பித்துவிட்டாள்:

“தாயி மகமாயி தாயி மகமாயி
நெற்றிதனில் உள்ள முத்தை நேத்திரத்தில் இறக்கம்மா
நேரு மகமாயி நேரு மகமாயி
நேத்திரத்தில் உள்ள முத்தைத் தாடைதனில் இறக்கம்மா
தாயி மகமாயி தாயி மகமாயி
தாடைதனில் உள்ள முத்தைக் கழுத்துதளில் இறக்கம்மா
காளி மகமாயி காளி மகமாயி
கழுத்துதனில் உள்ள முத்தை மார்புதனில் இறக்கம்மா
மாரி மகமாயி மாரி மகமாயி
மார்புதனில் உள்ள முத்தை வயிறுதனில் இறக்கம்மா
வாரி மகமாயி மாரி மகமாயி
மார்புதனில் உள்ள முத்தை வயிறுதனில் இறக்க்மமா
வாரி மகமாயி வாரி மகமாயி
வயிறுதனில் உள்ள முத்தை தொடைதனிலே இறக்கம்மா
தாயி மகமாயி தாயி மகமாயி
தொடைதனிலேயுள்ள முத்தை மூட்டிதனில் இறக்கம்மா

மூது மகமாயி மூது மகமாயி

முட்டிதனில் உள்ள முத்தைக் காலதனில் இறக்கம்மா

காளி மகமாயி காளி மகமாயி

காலதனில் உள்ள முத்தை பாதந்தளில் இறக்கம்மா

பாரி மகமாயி பாரி மகமாயி

பாதந்தளில் உள்ள முத்தை நிலத்தினிலே இறக்கம்மா

நித்ய மகமாயி நித்ய மகமாயி”

ஏதோ பிடியினின்று விடுபட்டதுபோல், குழந்தைக்கு உடல் உதறியது. எல்லோரும் போய்விட்டதென்று நினைத்துக்கொண்டு ‘குய்யோமுறையோ’ என்று அடித்துக்கொண்டு ஓடிவந்து பார்த்தார்கள். அவன் தூங்கிக்கொண்டிருந்தான். முகத்தில் ஒரு புது நிம்மதி. தேகம் வியர்த்து ஜுரம் விட்டிருந்தது.

ஐயர் அப்படியே அதிசயித்து நின்றார்.

ஒரு வாரம் கழித்துக் குழந்தைக்கு ஜலம் விட்டார்கள். குழந்தையை மார்போடு அணைத்துக்கொண்டு ஜனனி விக்கி விக்கி அழுதாள். ஏனென்று அவளுக்கே புரியவில்லை. தாய்க்கும் விஷம் கக்காமலிருக்க முடியவில்லை.

“இதென்னடியம்மா கூத்து! கொழந்தை சாகல்லையேன்னு அழறையா?” ஜனனிக்குப் பூஜையறையில் யாரோ சிரித்தாற் போலிருந்தது. ஓடிப்போய்ப் பார்த்தாள். ஆனால் அங்கே யாரையும் காணவில்லை.

***

ஜனனி மதமதவென வளர்ந்தாள். சீக்கிரமே பக்குவம் அடைந்துவிட்டாள். கறுப்புத்தான். கட்டுஉடல். கட்டு மயிர். உறுப்புக்களில் நல்ல முறுக்கு. அதே மாதிரி கோபமும் முறுக்குத்தான்; ஒருவருக்கும் அடங்கமாட்டாள். சட்டுச் சட்டென்று கோபம் வரும்; வந்த சுருக்கில் தணிந்துவிடும்.

“அடியே இப்படி அடங்காப்பிடாரியாய் இருக்கையே! உன் புக்ககத்துக்குப் போனால், உன் மாமியார் நீ பண்ணுற அட்டகாசத்துக்கு உன்னை இடிக்கறது போறாதுன்னு, உன்னை யாருடி வளர்த்தான்னு என் பேரையும் சந்தியில் இழுப்பாடி!”

“உன்னை எந்த மாமியார் இப்போ இடிச்சுண்டிருக்கா அம்மா?”

“உன் நாக்கைச் சுட்டெரிக்க! என் மாதிரி நாலாவதாய் வாழ்க்கைப்பட்டால், மாமியார் மாத்திரமில்லே, புருஷன்கூட ரொம்ப நாள் தக்கமாட்டாண்டி!”

அம்மாள் சொன்னதற்குத் தகுந்தாற்போல், கிழவருக்கு உடம்பு வரவர ஒடுங்க ஆரம்பித்துவிட்டது. ஜனனியை எங்கேயாவது கையைப் பிடித்துக் கொடுத்துவிட வேண்டும் என்னும் கவலை ஓங்க ஆரம்பித்துவிட்டது.

அம்மாளுக்கு ஜனனி வந்த ராசி எல்லாம் மறந்து விட்டது. "வாசல்லே போற சனியனை விலைக்கு வாங்கினாப்போலே என்கிற பெரியவாள் வாக்கு சரியாப்போச்சு. நன்னாக் கட்டிண்டு அநுபவிங்கோ!"

"அடியே இன்னும் நாலு நாள் கழித்துப் போகும் என் உயிர் உன்னால் இப்பவே போயிடும்போலே இருக்கிறதே!"

"நீங்க நன்னா இருங்களேன். என் ஆயுசிலேயும் பாதி கொடுக்கிறேன். நாலுபேர் நடுவுலே தாலிகட்டி, சாந்தி சீமந்தம் எல்லாம் பண்ணிப் பெத்து வளர்த்த குழந்தையைப் பணிணக்கிறதுக்கே, ஆயிரம் ஜோஸ்யம் பார்த்து, அழகு பார்த்து, அந்தம் பார்த்து, தெரிஞ்சு விசாரிச்சு, தெரியாமெ விசாரிச்சுப் பண்ணிண்டுட்டு, அப்புறங்கூட 'அது சரியாயில்லே, இது சரியாயில்லே'ன்னு குத்தம் படிக்கற நாளிலே, எங்கேயோ வழியிலே கண்டெடுத்த பொண்ணை எவன் தலையிலேயாவது லேசிலே கட்டிவிட முடியுமா, என்ன?"

அவள் வாக்கு அசரீரிதான். ஐயர் தம் வளர்ப்புப் பெண் கல்யாணத்திற்குச் செய்யும் முயற்சிகள் எல்லாம், உருவாவதுபோல் ஆகி, திரளும் சமயத்தில் 'பொட்'டென உடைகையில், அவருக்கு உள்ளூறத் திகிலே உண்டாயிற்று. ஒரு பெண் பிறந்தால், அதற்கு ஓர் ஆண் படைத்துத்தான் இருக்க வேண்டும் என்னும் கடைசி நம்பிக்கை, அல்லது நம்பிக்கையற்ற திடந்தான் அவரை உந்திக்கொண்டு போயிற்று. ஜாதகக் கட்டைத் தூக்கிக்கொண்டு எங்கெங்கோ வெளியூரெல்லாம் சுற்றி வந்தார்.

அப்புறம் ஒருநாள் "எல்லாம் வேளை வந்தால் தானே வரும்! நாம் மாத்திரம் அவசரப்பட்டால் முடியுமா? பார், குழந்தைக்கு ஒரு புருஷனைத் தேடிப் பிடித்துவிட்டேன்!" என்று பெருமிதத்துடன் சொல்லிக்கொண்டே ஐயர் வீட்டுள் நுழைந்தார்.

பையன் எங்கோ தூரதேசத்தில் ராணுவத்தில் வேலையிலிருந்தான்.

கல்யாணத்துக்கு முதல் நாள் மாலைதான் பையன் வீட்டார் வந்து இறங்கினார்கள். பிள்ளையைப் பார்த்தவர்கள் பிரமித்தே போய்விட்டார்கள். சிலர் அசூயையால் வெடித்தே போனார்கள். "ஜனனி காத்திருந்தாலும் காத்திருந்தாள்;

அதிருஷ்டச்சீட்டு அடித்துவிட்டாள். பையன் சிவப்பிலேயும் சிவப்பு. செந்தாழைச் சிவப்பா ராஜா மாதிரி இருக்காண்டி!"

"மணையிலே உட்கார்ந்தா, ரெண்டுபேருக்கும் ஜோடிகூட ஒட்டாதேடி!"

"என்னடி பைத்தியம் மாதிரி பேசறே? பணம் ஒட்ட வைக்காத பண்டங்கூட உண்டா? இரண்டாயிரத்துக்கு நாலாயிரமாத் தளர்த்தினால், வஜ்ரம் மாதிரி ஒட்டிக்கிறது!"

ஐயர் நாலுநாள் கல்யாணம் பண்ணி, பணத்தை வாரி இறைத்தார். சமையலுக்கோ சடங்குக்கோ உடையும் ஒவ்வொரு தேங்காயுடன் அம்மாளின் வசை வார்த்தைகளும் வெடித்தன. "இந்தப் பிராம்மணன் எந்தக்குடி பாழாப் போறதுன்னு நெனைச்சுண்டிருக்கான்? பிள்ளையில்லாச் சொத்தா இது?"

அவள் வார்த்தையைச் சட்டை செய்வார் யார்?

நான்கு நாள் கல்யாணத்திற்குப் பிறகு, ஐந்தாம் நாள் சாந்தி பண்ணி, பெண்ணைப் புக்ககத்துக்கு அனுப்புவதாக இருந்தது. ஆனால் மூன்றாம் நாள் இரவு மாப்பிள்ளைப் பையனுக்கு அவன் அதிகாரிகளிடமிருந்து, உடனே புறப்பட்டு வரும்படி ஒரு தந்தி வந்தது. பாலிகை கொட்டக்கூட நேரமில்லாமல், பையன் மறுவண்டிக்குப் புறப்பட்டுப் போய்விட்டான்.

அப்பொழுது தடைப்பட்ட சாந்தி, அப்படியும் இப்படியும் ஒத்திப் போய்க்கொண்டே வந்தது. மணமாகிப்போன பையன் மறுபடியும் வேறு எந்த விசேஷத்திற்குங்கூட வர முடியவில்லை. அவனை ஓர் இடமும் ஸ்திரமென்றில்லாமல், அதிகாரிகள் மாற்றி மாற்றி அம்மானை ஆடிக்கொண்டிருந்தார்கள். இரண்டு மாதம், மூன்று மாதம், ஆறு மாதம்..

ஜனனி இப்படித் தான் புக்ககம் போகாதபடி நேர்ந்த தடங்கலைப் பாராட்டினாளோ, இல்லையோ என அவள் வெளித்தோற்றத்தில் ஒன்றும் தெரியவில்லை. முன்னைவிடப் பன்மடங்கு துடிப்பு மிடுக்குடன்தான் பொலிந்தாள்.

அம்மாளோ, தன்னுடன் வம்படிக்க வருவோரிடம், தன் கன்னத்தைத் தானே இழைத்துக்கொண்டு முறையிட்டுக் கொண்டாள்.

"நல்ல நாளிலேயே சொல்ல வேண்டாம். அவர் செல்லம்! ஆனால் அப்பவாவது கொஞ்சத்துக்குக் கொஞ்சம் கட்டியாண்டு வந்தேன். 'ஐயேடி! அந்தாத்துப் பொண்ணா, அங்கே நிக்கறதடி, இங்கே நிக்கறதடி, அவாளொடே பேசித்து, இவாளோடெ பேசித்து'ன்னு, நாலுபேர் வாயிலே புகுந்து புறப்படாமெ, ஏதோ கொஞ்சத்துக்குக் கொஞ்சம் கண்டிச்சு வந்தேன். ஆனால்

கல்யாணம் ஆனப்புறம் இவளுக்கு வந்திருக்கிற இறுமாப்புக்குக் கேக்கணுமா? 'புருஷாளுக்கு அரைக்காசுன்னாலும் உத்தியோகம், பொம்மனாட்டிக்கு அம்பது வயசானாலும் புருஷன்'னு சம்மாவா சொன்னா? மஞ்சக்கயிறுன்னு ஒண்ணு கழுத்திலே ஏறிட்டாப் போறும். புருஷன்மேலே பழியைப் போட்டுட்டு என்ன அக்ரமம் வேணுமானாலும் அவாள் பண்ணலாமே. நீங்களும் நானும் வாழ்க்கைப்பட்ட நாளா இது. மாமி!"

அம்மாள் மற்றவரிடம் விதவிதமாய்ச் சிங்காரச் சொல் வைத்து முறையிடுவதைக் கேட்டுக்கொண்டு, ஐயர் ஒவ்வொரு நாள் வந்துவிடுவார். "ஏண்டி கரிக்கிறே குழந்தையை? உன் கண் சுட்டெரிப்புக்காவது அவள் அகமுடையான் அவளைக் கூட்டிக்கொண்டு போக மாட்டானா?"

அவ்வளவுதான். இடுப்புக் குடத்தைப் பொத்தென ஜலம் தளும்பித் தெளிக்கக்கீழே வைத்துவிட்டு, முன்றானையை வரிந்து கட்டிக்கொண்டு, காற்றைக் கையால் துழாவிக்கொண்டு, அம்மாள் சண்டைக்கு வந்துவிடுவாள்.

"நன்னாச் சொல்லுங்கோ! ஜனனி கவலையை ஜனனி இதுவரை பட்டதில்லை அவளைப் பெத்தவா கவலையை நீங்க வாங்கிண்டு, ஆத்துக்குக் கொண்டு வந்துட்டேள். வளத்த கவலையை நான் பட்டாச்சு. கல்யாணமானாக் கஷ்டம் விடியுமான்னா, அவள் புகுந்த கவலையையும் பட்டுண்டிருக்கோம் இன்னும் போறுமோன்னோ திருப்தியாச்சா?"

வார்த்தைகளால் குத்தி வாங்குவதில், அம்மாள் அலாதி வரப்பிரசாதி. ஐயர் அப்படியே தலை கவிழ்வார்.

ஜனனி ஒருநாள் பகலில் குளத்தில் குளித்துக் கொண்டிருந்தாள். கிணற்றடியில் குளிப்பதைவிட, குளத்தில் துளையத்தான் அவளுக்கு இஷ்டம். அம்மாளுக்கும் அவளுக்கும் இதைப்பற்றி வேண்டிய தகராறு உண்டு. அம்மாள் – ஒன்று சொல்லவேண்டும் – படி தாண்டாள்; வம்பு எல்லாம் அவளைத் தேடிக்கொண்டு வருமேயொழிய, அவளாக வம்பைத் தேடிக்கொண்டு வெளிக் கிளம்பியதில்லை.

"மேட்டிமைக்காரி, ராங்கி" என்று பொறாதவர் குற்றம் சொன்னாலும், அம்மாளை நேரில் கண்டால் எல்லோருக்கும் பயந்தான். அத்தனைக்கத்தனை ஜனனியின் கலகலப்பு அவர்களுக்கு, (நல்ல எண்ணமோ கெட்ட எண்ணமோ) குதூகலமாய்த்தான் இருந்தது.

ஜனனி ஒருநாள் பகலில் குளித்துக்கொண்டிருந்தாள்.

திடீரென்று தன்னை யாரோ ஊன்றிக் கவனிப்பது போன்ற உணர்ச்சி எழுவதை உணர்ந்தாள். சுற்றுமுற்றும்

நோக்கினாள். எதிர்க்கரையில் ஒருவன் தன்னையே கண் கொட்டாமல் பார்த்துக் கொண்டிருப்பதைக் கண்டாள். ஆனால் முகத்தைப் பார்க்கவில்லை. தன்னிடம் என்ன என்று பார்த்துக்கொண்டாள். வலது விலாப்புறத்தில், தோள் குழிவுக்கு அடியில், ரவிக்கை இரு பாதிகளும் ஒட்டிய இடத்தில், உடல் வளர்ச்சியையே தாங்க முடியாமல், தையல் தாராளமாய் விட்டிருந்தது. வெயில் படாத அவ்விடத்துச் சதை தனி வெண்மையுடன் பிரகாசித்தது.

ஜனனி மனத்தில் தனிப் பயங்கரம் திடீரெனக் கண்டது. அப்படியே புடைவையை வாரிச் சுருட்டிக் கொண்டு வீட்டுக்கு ஓட்டம் பிடித்தாள். அவள் உடலெல்லாம் வெடவெடத்தது.

அன்று முழுவதும் மனம் சரியாயில்லை. ஆயினும் தான் படுவது இன்னதெனத் தெரியவில்லை. அதனாலேயே வேதனை அதிகரித்தது. முதல்முதலாய் ஜனனி தனக்குத் தானே புரியாத சிந்தனையில் ஆழ்ந்தாள். இரவு படுத்தும் வெகுநேரம் தூக்கம் வரவில்லை.

நள்ளிரவில், ஜனனி திடுக்கென விழித்துக் கொண்டாள். உடலில் மறுபடியும் பயங்கரமான புல்லரிப்பு. அவளையும் மீறியதோர் சக்தி வசப்பட்டவளாய்க் கட்டிலினின்று எழுந்து ஜன்னலண்டை போய் நின்றாள்.

முழு நிலவின்மேல் கருமேகங்கள் சரசரவெனப் போய்க் கொண்டிருந்தன.

தெருவில் வீட்டு வாசற்படியெதிரில் ஓர் உருவம் நின்றது. வெள்ளைத்துணி போர்த்து, நெட்டையாய், கைகளை மார்மேல் கட்டி நின்றுகொண்டிருந்தது. சத்தமும் நடமாட்டமும் நின்று நீண்டுபோன தெருவில், தனியாய், ஏதோ, எதனுடைய சின்னமோ மாதிரி.. முகம் அவள் ஜன்னல் பக்கம் திரும்பியிருந்தது. குளத்தில் கண்டவன்!

ஜன்னலிலிருந்து ஜனனி சட்டெனப் பின்வாங்கினாள். இடுப்புக்குக் கீழே கால்கள் விட்டு விழுந்து விடுவனபோல் ஆட்டங்கொடுத்தன. உடல் நடுங்கியது. பயந்தானா? முழுக்க முழுக்கப் பயந்தானா? புரியவில்லை. சமாளித்துக் கொண்டு, சுவரை இரு கைகளாலும் பிடித்துக்கொண்டு, சுவருடன் ஒட்டிக்கொண்டாற்போல் மாடிப்படிகளில் மெதுவாய்க் கால் வைத்து இறங்கினாள். கண்ணெதிரில், இருள் திரையில், அவன் விழிகள் மாத்திரம் பேருருக்கொண்டு நீந்தின. அவைகளில் உலகத்தின் ஆசாபங்கத்தின் எல்லை கடந்த சோகத்தையும், அதே சமயத்தில் உயிரின் ஆக்கலுக்கும் அழித்தலுக்கும் அடிப்படையான மிருகக் குரூரத்தையும்

கண்டாள். அந்த ஏக்கத்தை ஆற்ற ஒரு பரிவு தாவுகையில், துக்கம் தொண்டையைக் கல்லாயடைத்தது. ஆயினும் அந்தத் தாபத்தின் கொடூரம் சோகத்தின் பின்னிருந்து பாம்பைப்போல் தலை நீட்டுகையில் அதன் முகத்தைக் கண்டு உள்ளம் உள்ளுக்கு உடனே சுருங்கிற்று.

இப்படி ஒன்றாய் இருந்துகொண்டே இரண்டாய் வெட்டப்பட்டுத் துடிக்கும் வலி பொறுக்கக்கூடியதாயில்லை.

சத்தம் போடாமல், பூஜையறையைத் திறந்தாள். தீப்பெட்டியைத் தட்டுத் தடுமாறித் தேடிப்பிடித்துக் குத்துவிளக்கை ஏற்றினாள். திரியினின்று குதித்தெழுந்த சுடரில், அவள் படும் சஞ்சலத்துக்கு ஆறுதலைத் தேடி நின்றாள்.

ஆனால் அவள் தேடிய தெளிவு மனத்தில் ஏற்படவில்லை. எல்லாம் தெரிந்த இறைவன் முன்போலிராது, ஒன்றுமே தெரியாதவன்போல் தான் இருந்தான். இதுவரை தன்னை மறந்துவிட்டு இப்பொழுதுதான் தேடி வந்தாள் என்ற கோபமா? இரவில் எல்லோருக்கும் உள்ள தூக்கம் தனக்கும் உண்டெனெ, சுடரில் இல்லாமல் தூங்கப்போய்விட்டானா?

அழுத்தும் உணர்ச்சிகளின் புதுமையினாலும் வருத்தத்தினாலும் ஜனனி குழம்பி நின்றாள். அவளைத் தாக்கும் புதுமைக்குள்ளேயே உணர்ச்சிகளின் பழமை புகுந்து கொண்டு அவளைக் கேலி செய்தன.

"நீங்கள் யார்? என்னை வீட்டுப் போய்விடுங்களேன்!"

"நாங்கள் யார்? எங்கே போகவேண்டும்? எங்கிருந்தாவது வந்தோமா, எங்கேயாவது போக? உன்னுள்ளேயேதானே வளர்ந்தோம்? உன்னுள்ளேயேதானே 'கண்ணாமூச்சி' விளையாடுகிறோம்? கண்டுபிடியேன்! கண்டுபிடிக்கத்தானே வந்தாய்? உனக்கும் எங்களுக்கும் இன்றைப் போட்டியா, நேற்றையப் போட்டியா? கண்டுபிடியேன்! கண்டுபிடி! பிடி! பிடி! ஹோ ஹோ ஹோ!" அவைகளின் சப்தமற்ற கொக்கரிப்பு தாங்கக்கூடியதா? ஜனனி தடாலென்று குப்புற விழுந்து விக்கி விக்கி அழுதாள். மார்பே வெடித்துவிடும் போலிருந்தது.

அன்று முதல் அவள் துடிப்பும் கலகலப்பும் வெளி நடமாட்டமும் அடங்கிப்போயின. அறையிலேயே மணிக்கணக்கில் சேர்ந்தாற்போல் மோவாய்க் கட்டையைக் கையில் ஊன்றிக்கொண்டு உட்கார்ந்திருப்பாள். பக்கத்தில் வந்து கூப்பிட்டாலும் காது கேட்பதில்லை. கேட்டு வாங்கி அடைத்துப் புடைத்துச் சாப்பிடும் ஜனனிக்கு இப்பொழுது கூப்பிட்டு உட்காரவைத்துக் கொட்டினாலுங்கூட இறங்கவில்லை.

திடீரென இளைக்க ஆரம்பித்தாள்.

"இதென்னடீம்மா கூத்து, திடீரென்று இவளுக்கு வந்திருக்கிற வினை! ஊமை ஊரைக் கெடுத்ததாம்னு!"

ஜனனியின் கண்கள் நிறைந்த கண்ணீர் கன்னம் புரண்டு ஓடும். ஆனால் துடைக்கக்கூட முயலுவதில்லை. உட்கார்ந்த நிலைகூட மாறுவதில்லை. அவளுள் ஏதோ தகர்ந்துவிட்டது.

"அடி பாவி! குழந்தையை ஏதாவது சொல்லிக் கொண்டே இருக்காதேடீ! ஒருநாள் இல்லாவிட்டால் ஒரு நாள், புருஷனிடம் இன்னும் போகவில்லையே என்று இருக்காதா?"

***

ஜனனியின் புருஷனைப்பற்றி ஒவ்வொரு சமயம் ஒவ்வொரு விதமாய் வதந்தி உலவியது.

இருந்த இடத்தில்தான் இருக்கிறான் சகவாச தோஷம் கண்ட இடத்தில் கண்டபேரோடு சுற்றுகிறான். குடி கூத்தி, புகை இல்லாத பழக்கங்கள் எல்லாம் வந்திருக்கின்றன. இருக்கிறது இல்லாதது எல்லாம் சேர்ந்து நாலுபேர் வாயில் மாறி மாறி வந்து காதில் விழுகையில் கிழவரின் கிலேசம் சொல்லத்தரமல்ல. 'இதென்ன, தள்ளாத வயதில் உளையில் மாட்டிக்கொண்டோமே!' எனத் தவிப்பார். 'இதே நிலையில் நான் காலமாய்விட்டால் ஜனனியின் கதி என்ன? நமக்கு வாய்த்தவளோ தாடகையாக இருக்கிறாளே!' என்று ஆண்டவனிடம் முறையிட்டுக் கொள்ளலாமெனில் பூஜையறையில் அவருக்கு முன்னால் ஜனனி உட்கார்ந்திருப்பதைக் கண்டு உள்ளே போகவும் அஞ்சிப் பின்னடைவார்.

மாலையில் சமையலறையிலிருந்து அம்மாள் இரைவாள்: "வீட்டுக் காரியங்கள் போட்டது போட்டபடிக்கிடக்கு. பூஜையில் ஒக்காந்துண்டு சாமியை வேரோடு பிடுங்கினால் ஆயிடுத்தா? புருஷன் போட்டோவுக்குப் பூவைச்சூட்டி அந்தரங்க மனசோடு ரெண்டு நமஸ்காரம் பண்ணினாவாவது லாபமுண்டு!"

ஜனனிக்கு இது கேட்டதோ? உட்கார்ந்துகொண்டே இருந்தாள். கண்களில் ஜலம் பெருகியவண்ணம் இருந்தது.

எதிர்வீட்டுத் திண்ணையில் சில சமயங்கள் உபந்நியாசங்கள் நடக்கும்.

புராணிகர், "கல்லால மரத்தடியில் சடையில் சூடியபிறைச் சந்திரனிலிருந்து அமிர்த தாரைவிடாது வழிந்து கொண்டிருக்க, சிப்பிமுத்துப் போன்ற வெண்மையான உடலுடன், தன்னைத்தானே தியானம் பண்ணினவனாய், தக்ஷிணாமூர்த்தி ஸ்வரூபத்தில் ஈசுவரனானவன்.." என்று சொல்வார்.

அல்லது

“ஊசி முனையில் கட்டைவிரலை அழுத்தியவனாய், பர்வதராஜகுமாரி, பராசக்தி, அளகபாரம் ஜடாபாரமாக ஆகாரத்தைத் தள்ளிவிட்டு, ஜலபானங்கூடப் பண்ணாது, காற்றையே புசிப்பவளாய், பிறகு அதையும் நிராகரித்தவளாய், சந்திரசூடனுடைய தியானத்தையே ஆகாரமாய்க் கொண்டவளாய் மஹா தபஸ்ஸியாய்..”

***

திடீரென ஒருநாள் ஐயருக்குக் கடிதம் வந்தது. அதைப் பிரித்துவிட்டு ஐயர் ஆச்சரியத்தாலும், எதிர்பாராது நேரும் சந்தோஷத்தைத் தாங்காத உணர்ச்சியாலும், உடலும் குரலும் நடுங்க, கூடத்துக்கு ஓடிவந்தார்.

“அடியே, குழந்தை எங்கே? அம்பாள் கண்ணைத் திறந்துட்டாடி! மாப்பிள்ளைப் பையன் அடுத்த வாரம் வராண்டி! ” அவர் கண்களில் கண்ணீர் பெருகியது. முகமாறுதலின்றி ஜனனி சமாசாரத்தை ஏற்றாள். அவள் மனத்தில் என்ன ஓடியது என யார் கண்டார்? அவளே கண்டாளோ?

அம்மாளுக்கு எரிச்சலாய் வந்தது. “இவள் சமாசாரம் என்னிக்குத்தான் புரிஞ்சது? ஆம்படையான் வரான்னா, இடிச்சபுளி மாதிரியா இருக்கு! இது மனுஷ ஜன்மந்தானா?”

ஐயர் சாந்தி முகூர்த்தத்தை தாலிமுகூர்த்தம் மாதிரிதான் சப்பிரமமாய்க் கொண்டாடினார். அம்மாள்கூட இந்த தடவை அவ்வளவு எரிச்சலாய் இல்லை.

மாப்பிள்ளைப் பையன், மணப்பாயில் மணமகள் அருகில் உட்கார்ந்திருக்கையில் இன்னமும் அதிகமான சோபையோடு திகழ்ந்தான். முன் மண்டையில் மயிர் முன் பார்த்ததைவிட அதிகமாய்க் கொட்டியிருந்த போதிலும், லேசாய்ப் படர்ந்துவரும் அந்த வழுக்கையும் அழகு வழுக்கையாய்த் தான் இருந்தது. அளவுமீறிய இன்ப நுகர்ச்சியின் வடுக்கள் முகத்தில் விழுந்திருந்தன. ஆனாலும் இன்னமும் அந்த உடலும், அவ்வுடலை அதன் சறுக்குப் பாதையில் விரட்டி ஓட்டிக்கொண்டிருக்கும் நெஞ்சுத்திடமும் இதைவிட அவன் அதிகம் தாங்குவான் என்பதை உணர்த்தின.

அடர்ந்த புருவங்கள் சவுக்குப் புதர்கள் போல் சிலிர்த்துக் கொண்டு விசிறியெழுந்து சந்திக்கும் இடத்தில் இட்டிருந்த சந்தனப் பொட்டு, அதனுள் குங்கமத்திலகம், அசலாய் நெற்றிக் கண்ணையே திறந்து வைத்தாற்போல் முகத்துக்கு ஓர் உக்கிரமான அழகைக் கொடுத்தன. கடைக்கண் பார்வையில் சிந்திய வெற்றி, அங்கே குழுமியிருந்த பெண்களைக் கொள்ளை கொண்டது.

ஜனனி மணவறையில் ஜன்னல் கம்பிகளைப் பிடித்துக் கொண்டு நின்றிருந்தாள்.

வெளியில் நிறைந்த இருளினின்று உருவாகி உருவங்கள் எழுந்தன. ஒன்று, இரண்டு, நூறு, ஆயிரம் இத்தனை நாட்கள் உள்ளேயே அடக்கி வைத்துக்கொண்டிருந்த ஆத்திரத்தின் நிழல் ஒவ்வொரு நிமிஷமும் ஒவ்வொரு தனியுருக்கொண்டு அவள் கண்முன் விரித்தாடியது.

“ஜனனி, அடையாளம் தெரிகிறதா? அன்றைக்கு! எங்களை நீ மறக்க விட்டுவிடுவோமா? இன்னமும நாங்கள் யார் என்று கண்டுபிடிக்கவில்லையே? சே. என்ன இவ்வளவு அசடாக இருக்கிறாய்? தொட்ட பிசுக்கு, விட்ட பிசுக்கு, கிட்டப் பிசுக்க, ஜன்மப் பிசுக்கு இதெல்லாம் நீ கேள்விப்பட்டதில்லையா? எங்களுக்குத் தலை கிடையாது. உயிருண்டு; நாங்கள் கபந்தங்கள். ஆடுவோம், பாடுவோம், சிரிப்போம், அழுவோம், அழிவோம், அழியமாட்டோம்”

ஜனனிக்கு நெற்றிப் பொட்டில் வேர்வை அரும்பியது.

“பயமாயிருக்கிறதா? பயப்படாதேம்மா! பயப்படாதே கண்ணு! நாங்கள் இத்தனைபேர்கள் இருக்கிறோமே, எதுக்குப் பயம்?”

“ஜனனீ!”

“பயமாயிருக்கிறதா? பயப்படாதேம்மா! பயப்படாதே கண்ணு! நாங்கள் இத்தனைபேர்கள் இருக்கிறோமே, எதுக்குப் பயம்?”

“ஜனனீ!”

தோளில் கை பட்டு, ஜனனி திடுக்கிட்டுத் திரும்பினாள். அவள் கணவன் புன்னகை புரிந்தவண்ணம் நின்று கொண்டிருந்தான்.

“என்ன பயந்துவிட்டாய்? என்னைப் பார்ததால் பயமாக இருக்கிறதா?”

ஜனனிக்கு மண்டை எரிந்தது. அவனை அவள் மௌனமாய்ப் பார்த்துக்கொண்டிருக்கும்போதே, ஜன்னலின் வெளியில் அவள் கண்ட பேயுருவங்கள். உள்ளே பறந்து வந்து சிரித்துக்கொண்டே அவள் உள்ளே புகுவதை உணர்ந்தாள். ஜலத்தைக் குடித்து உப்பும் நெட்டிபோல், தனக்குத்தானே பெரிதாகிக்கொண்டு வருவதுபோன்ற ஒரு பயங்கர உணர்ச்சி.

அவள் உருவம் பெரிதாக ஆக, அவன் உருவம் அவளுக்குச் சுருங்கிக்கொண்டே வந்தது. போகப்போக அவன் புழுப்போலாகி, அவன் சிரிப்பும், அங்க அசைவுகளும்

புழுவின் நெளிவைப்போல், அவளுள் பெரும் சீற்றத்தையும் அருவருப்பையும் எழுப்பின. அவளுள் அடைந்த பல்லாயிரம் பேய்களும் ஒரே பேயாய்த் திரள ஆரம்பித்தன.

"என்ன அப்படிப் பார்க்கிறாய்! கோபமா? நியாயந்தான். உனக்கு உன் நியாயம், எனக்கு என் நியாயம். இப்பொழுது சரியாய்ப் போய்விட்டதோன்னோ? சிந்திப் போனதைச் சிந்திக்காதே! இன்னமும் நான் எவ்வளவோ போயிருக்கிறேன், வந்திருக்கிறேன். வா, வா, பெண்களுக்குக் கோபம் அழகாய்த்தான் இருக்கிறது. ஆனால் அந்தக்கோபம், புருஷர்களுடைய பொறுமைக்கு அடங்கியிருக்கும் வரைதான் அழகு. மீறினால் பேய்தான்!"

அவள் உள் திரண்டுகொண்டு இருக்கும் உருவிற்கு அவள் கணவனின் வார்த்தைகளே உயிர்ப்பொறி வைத்ததும், ஜனனி உடல் குலுங்கியது.

அவள்மேல் அவன் கைகள் விழுந்தன. அவளை ஒரே வீச்சில் வாரி மார்போடு மார்பாய் இறுக அணைத்தன. அவனுடைய முரட்டுத்தனத்தில் அவள் மார்பில், தாலிப்பல் அழுத்தியது.

ஜனனி திணறினாள். அவளுள் திரண்ட பூதம் அவனை ஒரு விசிறு விசிறியது. தள்ளிய வேகத்தில் கால் தடுக்கிப் பின்னுக்கே போய்க் கீழே விழுந்தான். இரும்புக் கட்டிற்கால் முடிச்சில் பின்மண்டை 'மடே'ரென மோதியது.

அடிவேகத்தில் அவன் கத்தக்கூட இல்லை. "ஜனனி!" என மெதுவாய் முனகினான். அப்படியே தலை தொங்கிவிட்டது. மூக்கிலிருந்தும் வாயிலிருந்தும் ரத்தம் குபுகுபுத்தது. ஜனனி திக்பிரமை பிடித்து நின்றாள்.

"ஜனனீ! ஜனனீ! மாப்பிளே, மாப்பிளே!" கதவைப் படபடவெனத் தட்டுகிறார்கள். கதவைத் திறக்கக்கூடத் தோன்றவில்லை. நின்றபடி இருந்தாள்.

கதவை உடைத்துக்கொண்டு உள்ளே தள்ளிக்கொண்டு புகுந்தார்கள். அவனையும் அவளையும் கண்டுபின்வாங்கினார்கள். கிட்டப் போகக்கூட அஞ்சியவர்களில் ஒருவன். தைரியம் கொண்டு, மாப்பிள்ளை மார்பில் கையையும், காதையும் வைத்துப் பார்த்தான். செத்துப்போனவனுக்குச் செத்தது தெரிந்திராது; அவ்வளவு விரைவில் பிராணன் போயிருந்தது.

"ஜனனீ! என்னடி?"

ஜனனிக்குக் கண்களில் ஜலம் ஆறாய்ப் பெருகிற்று. ஆனால் பேச முடியவில்லை. வாய் அடைத்துவிட்டது.

"பலே! ஜனனீ!" என்று ஒரு வெறிக்குரல் அவளுள்ளே எழுந்தது.

"ஐயோ! ஜனனீ!" என இன்னொன்று விக்கி விக்கி அழுதது.

***

"ஜனனீ! ஜனனீ!"

அவள் திடுக்கென விழித்துக்கொண்டாள். இந்த நள்ளிரவின் மையிருளில் யார் அழைப்பது? அவளுள் எழுந்த வினாவிற்கு அக்குரல் உடனே பதிலளித்தது. "ஆம் ஜனனீ! உன்னை மீட்கத்தான் வந்தேன். ஆயினும் நீ நினைக்கும் மீட்சியல்ல. உன்னை உனக்கு உயர்த்த வந்தேன். நீ உணர்ந்தால் நீ மீள்வாய்."

ஜனனி திடீரென உணர்ந்தாள். நள்ளிரவில், மையிருளில், குழலினிமையில் வரும் இக்குரல், வெளியினிற் வராது, தன்னுள் இருந்துதான் வருகிறதென்று உணர்ந்தாள். இக்குரல் மௌனமாயும், அன்பாயும், அதே சமயத்தில் ஓர் அழுத்தத்துடனும் ஒலித்தது. எங்கேயோ எப்போதோ கேட்டமாதிரி இருந்தும் இந்தப் புதுக்குரல் அவளுக்குப் பயமாக இருந்தது. அவளையுமறியாது அவள் நாக்கு "நீ யார்?" எனனும் வினாவை உருவாக்க முயன்றது.

"நான் யார்? என்றுமே, நீ பிறப்பதற்கு முன்னரே முதல், உன்னிடம் இருந்துகொண்டு உன்னிடமிருந்து என்றுமே நீங்காதிருக்கிறேன். என்னைப் புரியவில்லையா? நீ உன்னைப் புரிந்துகொண்டால், என்னைப் புரிந்து கொள்வாய். ஏனெனில் நீயேதான் நான். நீ என்னைக் கண்ணால் கண்டது மறந்தாலும், என் குரலைக் காதில் கேட்டது ஞாபகம் இல்லையா? என்னைக் கண்டதும் கேட்டதும் ஞாபகம் இல்லையானாலும், என்னைக் காணவும் கேட்கவும் முயன்றதுகூட ஞாபகம் இல்லையா? யோசி யோசி! நன்றாய் யோசித்துப் பார்!"

திடீரென நினைவு வந்த அதிர்ச்சியில், ஜனனிக்கு இருளில் கண்கள் அகல விரிந்தன. "குத்துவிளக்கில்... ப்ரபோ!" ஜனனி ஹோவெனக் கதறினாள்.

"ஆ! இப்பொழுது உனக்கு ஞாபகம் வருகிறது. நி விளக்கைத் தூண்டியபொழுது யாரைத் தூண்டுவதாக நினைத்தாய்? உன்னையேதான் நீ தூண்ட முயன்றாய். நாளடைவில், நீயாக எடுத்துக்கொண்ட பிறப்பின் மாசும், காலத்தின் துருவும் ஏறஏற, உன்னுள் இருக்கும் நான் உன்னுள் எங்கேயோ படு ஆழத்தில் புதைந்து போனேன். உன்னுள்

இப்பொழுது நேர்ந்த பூகம்பத்தினால் நீயே புரண்டதால், உன்னுள் புதைந்துபோன நான் இப்பொழுது வெளிவந்தேன்."

"என்னைக் கைவிட்டாயே என் கடவுளே!"

"ஜனனீ, நீ என்னைவிட்டு ஓடிப்போனாய். ஆனால் நீயே நானாய் இருப்பதால் உன்னைவிட்டு நான் ஓட முடியாது. உன்னுடன் ஒட்டிக்கொண்டு வந்தேன். வரத என்னையும் உன்னுள் புதைத்துவிட்டாய். புதைத்தும், எனக்குச் சாவு இல்லாததனால், நீ என்மேல் மண்ணைப் போட்டு மூடினாலும், நான் மூச்சுக்குத் தவித்துக்கொண்டாவது இருந்துகொண்டுதானிருக்கிறேன். என்னைப் புதைத்துவிட்டு என்னைக் கூப்பிட்டால் நான் வர முடியுமா? ஆனால் இப்பொழுது நீயே உன்னுள் புரண்டதால், நான் வெளிவந்தேன், என் கைகள் ஒடிந்திருக்கின்றன. இருந்தும் உன்னை அணைக்கத்தான் நீட்டுகிறேன். நீ நானாக இருப்பினும், நான் நானாய்த்தான் இருக்கமுடியும். நான் நான் தான். நான் நீயாக முடியாது, நீதான் தானாக முடியும். எனக்கு 'நா'னிலிருந்து மாறும் இயல்பு இல்லை.

"ஜனனீ, நீ இதை அறி. இப்பொழுது நீ என்னிலிருந்து பிரிந்த நீ மறுபடியும் 'நா'னாய்க் கொண்டிருக்கிறாய். அதனால்தான் நான் மறுபடியும் உன்னில் உருவாக முடிகிறது. எங்கும் பரவி நிலையற்று உருவற்றது, உருவற்ற நிலையிலிருந்தே, உருவாய்ப் பிரிய முடியும். அவ்வுருவற்ற நிலையின் சாயையை, அவ்வுருக்கள் தாங்கியிருப்பினும், அவை அவ்வுருவற்ற நிலையின் பிளவுகள்தாம். ஏனெனில் முழுமையின் துண்டங்கள் அவை. அப்பொழுது, துண்டங்களின் துண்டங்கள் முழுமையின் எவ்வளவு பின்னம்! ஆகையால், ஜனனீ, ஜனனம் எவ்வளவு பின்னம்! ஆயினும் துண்டங்கள் இன்னமும் துண்டமாகி, பொடியாகி, அப்பொடி இன்னமும் பொடிந்து மறுபடியும் உருவற்ற நிலையில்தான் கலந்துவிடுகின்றது. ஆகையால் ஜனனீ, நீ என்னில் முழ்கினால், நீயே நானாய்விடுவாய். இது தான் 'உன்'னின் மீட்சி.. இதுதான் 'உன்'னின் மீட்சி... மீட்சி" அந்தக் குரல் மறுபடியும் அவளுள் அடங்கியது. குழலின் நாதம்போல்.

ஜனனி பதினைந்து வருஷங்கள் சிட்சை விதிக்கப்பட்டாள். ஆனால் அவள் ஆஸ்பத்திரிக்கு அனுப்பப்பட வேண்டியவளா, சிட்சைக்கு அனுப்பப்பட வேண்டியவளா என்று சரியாய்த் தீர்மானிக்க முடியாமலே போயிற்று. வாயடைத்துப் போய்விட்டதால், கடைசிவரை மணவறையில், அவளுக்கும் அவள் கணவனுக்குமிடையில் என்னதான் நடந்ததென அறிய முடியாமல் போயிற்று. வைத்தியர்கள் அவளைப்

பரீட்சை பண்ணிப் பார்த்து, மூளையில் ஏதோ அவளை அழுத்திக்கொண்டு இருக்கிறது என்று சொல்லிவிட்டார்கள்.

ஜனனி ஆஸ்பத்திரியிலும், சிறையிலுமாகக் காலத்தை மாறி மாறிக் கழித்தாள். ஆனால் எங்கும் அவளால் ஒருவருக்கும் இம்சை இல்லை. சாப்பாட்டை எதிரே வைத்தால் சாப்பிடுவாள். அவளுக்குப் பசிக்கிறது என்று யாராவது சொன்னால்தான் அவளுக்கே தெரியும். நன்னடத்தை காரணமாக, மூன்று வருஷச் சிட்சை ரத்தாயிற்று. ஆயினும் அவளுக்குப் போக்கிடம் இல்லாததால் (அவளை வளர்த்த குடும்பம் பூண்டுகூடத் தெரியாமல் போய்விட்டது) ஆஸ்பத்திரியில்தான் இருந்தாள்.

இன்னமும் வெகுநாள் கழித்துத்தான் கொஞ்சம் கொஞ் சமாய். கொச்சை கொச்சையாய், பேச்சு வந்தது. முன் நினைவு சில சமயம் இருக்கும்; சில சமயம் இருக்காது. ஆகையால் பேச்சுக்களில் தொடர்பும் இருக்காது. "என்னில் இருக்கும் நான், உன்னில் இருக்கும் நான், நீ இல்லாத நான்! நீயே இல்லாத நீ" என்று என்ன என்னவோ பிதற்றிக் கொண்டிருப்பாள்.

ஆனால் நெற்றிக் குங்குமத்தையும், தாலிச்சரட்டையும் ஒரு நாளும் அழிக்க மறுத்துவிட்டாள். "சரியாய்ப் போச்சு! பைத்தியங்களா, அவர் செத்துப்போனார் என்று யார் புரளி பண்றது? அவரில் இருந்த 'நீ'ன்னா செத்தது! அவரில் இருக்கிற 'நான்'தான் என்னிக்குமே இருக்கே! நான் அவரோடு தினம் பேசிக் கொம்மாளமடிச்சுண்டு தான் இருக்கேன். நான் நித்திய சுமங்கலி எனக்கு அமங்கலமே கிடையாது.."

இப்படித் தனக்குத்தானே கையை நீட்டி நீட்டி மிகவும் உற்சாகமாகப் பேசிக்கொண்டிருப்பாள். எப்போதும் சந்தோஷமாய்ச் சிரித்தவண்ணமே இருப்பாள்.

கடைசியில் விடுதலையானாள். உடம்பு தேவலையாயிற்று என்று அல்ல; அவளால் இனிமேல் ஆபத்தில்லை, இம்சை பண்ணாத பைத்யமென்று.

அவளுக்குச் சாப்பாட்டுக்குக் குறைவில்லை. ஏனெனில் அவளுக்குப் பிக்ஷையிட்ட வீடுகள் அத்தனையும் திடீரெனச் செழித்தன. அவள் கை நீட்டி வேண்டுமென்று கேட்டோ அல்லது தானாகவே ஏதேனும் சாமானை எடுத்துக் கொண்ட கடைக்கு அன்று வியாபாரம் மும்முரமாய் நடக்கும். ஆகையால் அவளுக்கு அன்னமிடவும், கேட்டதை, கேளாததைக் கொடுக்கவும் 'நான், நான்' என்று ஒருவரையொருவர் முந்திக் கொண்டனர். அவள் கையால் ஒருமுறை உடலைத் தடவினால் போதும்; தீராத நோய்கள், அவ்வுடலிலிருந்து பொட்டென உதிர்ந்து போகும்.

இருந்தாலும் பைத்தியம்...!!

இப்படியே ஜனனி வெகுகாலம் தொண்டு கிழமாக ஜீவித்திருந்தாள். உடல் சுருங்கி, பல் உதிர்ந்து, தலைமயிர் வெண்பட்டாய் மின்ன..

அப்புறம் ஒருநாள் ஒரு மரத்தடியில் அவள் மத்தியான்ன வேளையில் படுத்துத் தூங்கிக்கொண்டிருந்தாள். மத்தியானம் பிற்பகலாயிற்று. பிற்பகல் மாலையாயிற்று. மாலை இரவாயிற்று. இரவு காலை ஆயிற்று. காலை பகலாயிற்று. அவள் மூக்கிலும் வாயிலும் எறும்பும் ஈயும் தாராளமாய்ப் புகுந்து புறப்பட்டுக் கொண்டிருந்தன.

ஆனால் அவள் எழுந்திருக்கவேயில்லை.